கண்ணாடி: சிறுகதைகள்

கண்ணாடி

ஜீ.முருகன்

யாவரும் பப்ளிஷர்ஸ்

கண்ணாடி (சிறுகதைகள்)
ஆசிரியர்: ஜீ.முருகன் ©
முதல் பதிப்பு: செப்டம்பர் 2017
வெளியீடு: யாவரும் பப்ளிஷர்ஸ்
தொடர்பு: 9042461472, 9841643380
editor@yaavarum.com, www.yaavarum.com
பக்கங்கள்: 136
விலை: ரூ.120

Kannadi (Short stories)
by G.Murugan ©
First Edition: September 2017
Published by Yaavarum Publishers
Contact: 9042461472, 9841643380
editor@yaavarum.com, www.yaavarum.com
Pages: 136
Price: INR 120

Designer: G. Murugan

கண்ணாடிக்கு வெளியே...

பலகை என்ற என் முதல் சிறுகதை புதிய நம்பிக்கை இதழில் 1993-ல் வெளிவந்தது. இந்த 25 ஆண்டுகளில் நான்கு தனித் தொகுப்புகள் வெளிவந்துள்ளன. இதை நான்கு காலக் கட்டங்களாகவும் பிரித்துக்கொள்ளலாம். இதில் உள்ள கண்ணாடி கதைக்கும் அதற்கு முன் கடைசியாக எழுதிய கள்ளத்துப்பாக்கிகளின் கதைக்கும் ஏழு ஆண்டுகள் இடைவெளி. இக்காலக்கட்டத்தில் ஒரு கதை கூட எழுதப்படவில்லை. மீண்டும் எழுத முடியுமா என்று ஒரு சந்தேகம். படைப்பு மனநிலையிலிருந்து அப்படி ஒரு விலகல்.

2015 டிசம்பரில் சென்னையை வெள்ளம் சூழ்ந்த போது அங்கு மைத்துனன் வீட்டில் பத்து நாட்கள் வீட்டுச்சிறை. கண்ணாடி கதையின் முதல் வரைவு அப்போது எழுதப்பட்டதுதான். ஓராண்டு கடந்து அதை செப்ப னிட்டு தடம் இதழுக்கு அனுப்பி வெளிவந்தது. இந்த செப்பனிடுதல்தான் மீண்டும் என்னைப் படைப்பு வெளிக்குள் தள்ளியது. இந்த மறுபிரவேசம்தான் இதில் உள்ள கதைகள்.

சிறுகதைக்கு எப்போதும் நான் மாணவன்தான். எழுத எதைத் தேர்ந்தெடுப்பது, அது தன்னை முழுதாக வெளிப்படுத்திக் கொள்ளும் விதமாக அதை எப்படி வடிவமைப்பது என்ற ரசவாதம், என்னை இன்னும் புதிரானதும் வியப்பானதுமான பிரதேசத்துக்குள்ளேயே வைத்திருக்கிறது.

ஒவ்வொரு கதையும் தனக்கான ஒரு புதிய வெளியை நோக்கியேப் பயணிக்க விரும்புகிறது. இந்த வெளிகள்தான் நமக்கு ஆர்வமூட்டுவதாகவும் இருக்கின்றன. இவற்றில் பயணிக்கும் போது சில பொழுது பழக்கப்பட்டப் பாதைகளிலும் நாம் சென்று கொண்டிருப்பது புலப்படும். இதில் ஒன்றும் பாதகமில்லை. ஒரு கதையை எழுதவெனத் தேர்ந்தெடுத்தப் பிறகு அது தன்னை எந்த விதமாக வடிவமைத்துக்கொள்ள விரும்புகிறதோ அதற்கு மட்டுமே

நாம் இடமளிக்க வேண்டும். அது சாதாரண ஒரு கதையாகத் தோன்றக்கூடும். இருந்துவிட்டுத்தான் போகட்டுமே, அசாதாரணங்கள் மட்டுமே ஒரு படைப்பாளியின் விதியா என்ன? இப்படியும் சில கதைகள் இத்தொகுப்பில் உங்களுக்குத் தென்படலாம்.

கைவிடப்பட்ட ஒரு கதை, அதிக காலம் எடுத்துக் கொண்டு மாற்றி மாற்றி எழுதிப்பார்த்தக் கதை. அது அதற்கான வடிவத்தைத்தான் எனக்குள் தேடிக் கொண்டிருந்ததாக இருக்கலாம்.

சில கதைகள் வளர்ச்சியுற்றபடியும் வேறு வடிவம் காட்டியும் பிடிவாதமாக நம்மைத் தொடர்ந்து வருகின்றன. நீலா, ஆப்பிள் இரண்டும் சாம்பல் நிற தேவதைத் தொகுப்பில் வெளி வந்த இடம், கிழத்தி கதைகளின் நீட்சி அல்லது தொடர்ச்சிதான். சிலவற்றை எழுதித் தீர்க்க முடியாது போலும்.

பாம்பு, நேர்காணல் இரண்டும் இன்றைய சாதியச் சிக்கல்கள் எனக்குள் தோற்றுவித்த உணர்வுகளின் வடிவங்கள். இவற்றை எழுதினால் என்ன எதிர்வினைகள் தோன்றும் என்று தெரியும். இது எழுதத் தகுதியானது எனத் தோன்றியப் பிறகும் சில அல்பக் காரணங்களுக்காக அதை தவிர்த்துவிடுச் செல்வது ஒரு நேர்மையான படைப்பாளி செய்யக்கூடியது அல்ல. ஒவ்வொரு படைப்பும் கலாச்சார ரீதியாகவும் கருத்தியல் ரீதியாகவும் ஏதோ ஒரு கலகத்தை நிகழ்த்தவே செய்கிறது. வாசகனில் சிறு சலனத்தையும் நிகழ்த்தாதது ஒரு படைப்பாக இருக்க வாய்ப்பில்லை.

சில கதைகள் ஒரு இசைத் துணுக்கைப் போல நம் பிரக்ஞைக்குள் எப்போதாவது தோன்றி மறைந்தபடி இருக்கும். அது அதற்கான கோருதலை வைத்தபடி இருக்கும். சந்தர்ப்பம் வர்ய்க்கும் போது தன்னை சட்டென்று முழுதாக வெளிப்படுத்திக்கொண்டுவிடும். துயில், வார்த்தை இரண்டும் அப்படி வெளிப்பட்ட கதைகள்தான். சில அமர்வுகளிலேயே வடிவம் கொண்டுவிட்டன அவை.

கதை என்ற அந்த வசீகரம் மிக்க மாய உலகம் நம்மை அழைக்கிறது. வாருங்கள் அதற்குள் பயணிப்போம்.

செங்கம்
21.8.17

ஜீ.முருகன்

அன்பும் அரவணைப்பும்
காட்டும் என் சகோதரிகளுக்கும்
நண்பர்களுக்கும்.

நன்றி...

தடம், இடைவெளி, அடவி,
அகநாழிகை, மலைகள். காம்,
உயிர் எழுத்து, மணல் வீடு,
சிறுபத்திரிகை உள்ளிட்ட
இதழ்களுக்கு.

உள்ளே...

பாம்பு - 11
இரண்டாவது வளைவு - 27
கண்ணாடி - 36
நீலா - 42
எழுத்தாளனின் வசிப்பிடம் - 52
ஆப்பிள் - 68
கைவிடப்பட்ட ஒரு கதை - 78
நேர்காணல் - 89
வார்த்தை - 96
கரடிகளின் பாடல் - 104
அற்புதங்கள் - 108
சர்க்கஸ் - 117
துயில் - 125

பாம்பு

நீண்ட தொலைவுக்குப் பரந்து கிடக்கும் காடு அது. அதன் மத்தியில் ஆங்காங்கே சில குன்றுகள் தென்படுகின்றன. காட்டின் தெற்கு பகுதியில் ஒரு நதி அதைக் கடந்து செல்கிறது. அதன் குறுக்கே ஒரு அணையும் உண்டு. காட்டின் வடக்கு எல்லையையொட்டி மண் சாலையும், வன விலங்குகள் விவசாய நிலங்களுக்குள் புகாமல் இருப்பதற்காக மின் வேலியும் அமைக்கப்பட்டிருந்தன.

தேசிய நெடுஞ்சாலையிலிருந்து பிரிந்து வரும் மண் சாலை குப்பக் கவுண்டர் நிலத்தருகேதான் இடப்புறமாகத் திரும்பி காட்டின் ஓரமாகக் கிழக்கே செல்கிறது. எல்லையோரம் காடு அடர்த்தியில்லாமல் சிறிய மரங்களும், செடிகளும், சீங்கைப்புதரும்தான் மண்டிக்கிடந்தன. சில நாள்களாக அப்பகுதியில் சுற்றி வந்த பாம்பு ஒன்று காட்டை விட்டு வெளியேறி, குப்பக் கவுண்டர் தோட்டத்துக்குச் செல்ல சந்தர்ப்பம் பார்த்துக்கொண்டிருந்தது.

அன்று காலையிலேயே வேலியை ஒட்டியப் பகுதிக்கு வந்து சேர்ந்தது பாம்பு. தான் கடக்க வேண்டிய மண்பாதையை நோட்டம் பார்த்தது. அப்பாதையில் அவ்வப்போது ஆட்களின் நடமாட்டம் இருக்கும். சிலர் ஆடு, மாடுகளை ஓட்டிக்கொண்டு செல்வார்கள், மிதி வண்டிகளும், இருசக்கர வாகனங்களும் போய் வந்து கொண்டிருக்கும். சில பொழுது டிரேக்டர்களும் பெரும் சத்தத்துடன் அப்பகுதியைக் கடந்து போகும்.

மின் வேலியை கடந்து, பள்ளத்தில் இறங்கி மேலே ஏறிய போதுதான் ஏதோ சத்தம் கேட்டு பாம்பு தயங்கி நின்றது. ஆனால் எதுவும் தென்படாததால் பாதையைக் கடக்கத் தொடங்கியது. மையப் பகுதிக்கு வந்த போது ஒரு இருசக்கர

வாகனம் வருவது தெரிந்ததும் தனது வேகத்தைக் கூட்டி சாலையைக் கடந்து செடிகளுக்குள் மறைந்துவிட்டது.

...

குப்பக் கவுண்டர் வீட்டுக் களத்துக்குள் ரகுமான் பாயின் இருசக்கர வாகனம் நுழைந்த போது அங்கே மேய்ந்துகொண்டிருந்த கோழிகள் சிதறி ஓடின. அவர் தனது வண்டியைத் தெற்குப் பக்கமாக இருந்த கான்கிரிட் வீட்டின் சுவர் ஓரமாக நிறுத்திவிட்டு சுற்றும்முற்றும் பார்த்தார். களத்தின் கிழக்கே புங்க மர நிழலில் கயிற்றுக் கட்டிலில் படுத்திருந்த குப்பக் கவுண்டர் வண்டிச் சத்தம் கேட்டதும் தலையைத் தூக்கிப் பார்த்தார். மெல்லமாக எழுந்து உட்கார்ந்தார். கட்டிலுக்குப் பக்கத்தில் படுத்திருந்த டைகர் என அழைக்கப்படும் அந்த கிழட்டு நாய், பழக்க தோஷத்தில் ஒரு குரைப்புடன் திடுக்கிட்டு எழுந்து முன்னோக்கி போய் அப்படியே நின்றுவிட்டது. பிறகு திரும்பி வந்து வேறு இடம் பார்த்துப் படுத்துக்கொண்டது. கட்டிலுக்கு அடியில் படுத்திருந்த பூனை தலையைத் தூக்கிப் பார்த்துவிட்டு மீண்டும் படுத்துக்கொண்டது.

களத்துக்கு வடக்கே இருந்த பழைய ஓட்டு வீட்டிலிருந்து வெளியே வந்த கவுண்டரின் மருமகள் காளியம்மாள் ``வாங்க பாய்'' என்று வரவேற்றாள்.

``வரம்மா, நல்லா இருக்கீங்களா''

``இருக்கம் பாய்''

``ராஜா இருக்காப்பிடியா?''

``இருக்காங்க பாய். இன்னிக்கி கால கரண்ட். தோட்டத்தில தண்ணி கட்டிகிட்டு இருக்காங்க''

ரகுமான் பாய் பம்பு செட்டு இருக்கும் பக்கம் பார்த்தார். அங்கே ராஜா இருப்பது தெரிந்தது. பாய் குப்பக் கவுண்டரை நோக்கிச் சென்றார். அவருக்கு காது சற்று மந்தம் என்பதை ஞாபகம் கொண்டவராக மிக அருகில் சென்று,

``உடம்பு பரவாயில்லையா?'' என்று கேட்டார்.

அவர் நடுங்கிய குரலில் சொன்னார், ``ஒடம்புக்கு என்ன நல்லாதான் இருக்கு''

``ஆஸ்பத்திரிக்கு ஏதாவது போயி வர்றதானே''

``ஊசி போட்டா மட்டும் என்ன... இன்னும் கொஞ்சம் நாள்தான்... எல்லாம் முடிஞ்சிடும்...''

காளியம்மாள் ஒரு சொம்பில் தண்ணீர் கொண்டு வந்து கொடுத்தாள். அவள் மகன் சங்கர் பின்னாலேயே ஒரு பிளாஸ்டிக் நாற்காலியை கொண்டு வந்து நிழலில் போட்டான். தண்ணீரை வாங்கிக் குடித்துவிட்டு

நாற்காலியில் உட்கார்ந்தார் பாய். சங்கரைப் பார்த்துச் சொன்னார்,

''ஏம்பா கவுண்டர ஏதாவது ஆஸ்பத்திரிக்குக் கூட்டிகிட்டு போறது''

''நாங்க கூப்பிட்டுக்கிட்டுத்தான் இருக்கோம். அவர் வந்தாதானே''

''சங்கர்தானே உன் பேரு? நீ காலேஜிக்குப் போறதில்ல?''

காளியம்மாள் சொன்னாள், ''அவன் பத்தாவதோட நின்னுட்டான். பாப்பாதான் காலேஜிக்குப் போறா''

''ஓ அப்படியா? சரி சரி... நீ போய் தண்ணிக் கட்டிக்கிட்டு அப்பாவ அனுப்பு'' என்றார் பாய்.

அவன் போனான்.

''பாப்பா எங்க காணோம்'' என்று காளியம்மாவிடம் கேட்டார் பாய்.

''உள்ளதான் பாய் இருக்கா, ஏதோ எழுதிகிட்டு இருக்கா''

''இன்னும் எத்தனை வருஷம் படிக்கனும்?''

''இரண்டாவது வருஷம் முடியப்போவுது. இன்னும் ஒரு வருஷம் இருக்கு''

''முடிச்சதும் கல்யாணம் பண்ணிடுங்க''

''அவளுக்கு இப்ப எங்க பாய். தென்னந்தோப்பு குத்தகைப் பணம் வந்ததும், இந்த வருஷமே பையனுக்கு முடிச்சிடனும்னு சொல்லிகிட்டு இருக்காங்க. பொண்ணு பாத்துகிட்டு இருக்கோம். எதுவும் அமையல.''

''உங்க ஜாதியிலயா பொண்ணுக்குப் பஞ்சம்?''

''பொண்ணுங்க இருக்கு, குடுத்தாத்தானே. எல்லாம் படிச்சி வேலைக்குப் போற மாப்பிளையா பாக்கிறாங்க.''

''கம்பத்தம் பாக்கிறதுக்குத் தோதா இருக்கிற ஏதாவது பொண்ணா பாருங்க. பாத்து சீக்கிரம் முடிச்சிடுங்க.''

ராஜா வந்து சேர்ந்தான்.

''வாங்க பாய். இந்தப் பக்கமே எட்டிப் பார்க்க மாட்டேன்றிங்க. காய் தள்றதுக்கு பசங்கல அனுப்பிட்றிங்க''

''முன்ன மாதிரி எங்க அலைய முடியுது. ஏதாவது அவசியம்ன்னா போறதோட சரி. எல்லாம் பசங்க பாத்துக்கிறாங்க'' என்றவர், ''ஆடு, மாடு, கோழிங்களோட நெலத்தில பாம்பையும் வளக்கிறிங்க போல இருக்கு'' என்று சொல்லிச் சிரித்தார் பாய்.

''பாம்பா, எங்க பாய்?'' என்று அதிர்ச்சியுடன் கேட்டாள் காளியம்மா.

''வழியிலதான் பார்த்தேன்'' என்றவர் லுங்கியை சற்று விலக்கி தன் கெண்டைக் காலை தட்டிக் காட்டிச் சொன்னார், ''இவ்வளவு பெரிசு

இருக்கும், அஞ்சாறு அடி நீளமிருக்கும். கருகருன்னு இருந்திச்சி. அனேகமா அது கருநாகமாத்தான் இருக்கனும். ரோட்டத் தாண்டி இந்த பக்கம் வந்துகிட்டு இருந்திச்சி.''

''ஏங்க போய் பாத்துட்டு வர்றிங்களா'' என்று அச்சத்துடன் சொன்னாள் காளியம்மாள்.

''அது கெடக்கட்டும் உட்றி. அதுக்கெல்லாம் பயந்தா இந்த காட்ல குடியிருக்க முடியாது'' என்றவன், ''நீ போய் காப்பி ஏதாவது போட்டுகிட்டுவா'' என்றான்.

அவள் அங்கிருந்து தயக்கத்துடன் போனாள்.

''சொல்லுங்க பாய். ஆடிப் பொறந்துடுச்சி. உங்களத்தான் எதிர்பார்த்துகிட்டு இருந்தோம்'' என்றான் ராஜா.

''நானும் வரனும்முன்னுதான் இருந்தேன். மார்க்கெட் நெலவரம் சரியில்ல. காசையும் பொறட்ட முடியல. இருந்தாலும் நாளாவுதில்ல அதான் பேசிடலாம்ன்னு வந்தேன்.''

சங்கர் தண்ணீர் பாய்ச்சுவதை விட்டுவிட்டு வந்தான். கரண்ட் நின்றுவிட்டதாம்.

குத்தகை பேரம் நடந்தது. சுமார் ஒரு மணி நேரம், ஏதேதோ கதைகள் சொல்லி தென்னந்தோப்பு குத்தகையைப் பேசி முடித்தார் பாய். மூன்று வருஷத்துக்கு ஒரு லட்சத்து பத்தாயிரத்துக்கு ஒப்புக்கொண்டான் ராஜா. அவன் எதிர்ப்பார்த்ததைவிட அது குறைவானத் தொகை. கடந்த முறையைவிட பத்தாயிரம்தான் கூடுதல். அதற்கே அவரிடம் கெஞ்ச வேண்டியிருந்தது.

தன் பனியனுக்குள் கைவிட்டு ஐநூறு ரூபாய் நோட்டுக் கட்டு ஒன்றை எடுத்தவர் எழுந்து நின்று ராஜாவிடம் நீட்டினார்.

''இதுல அம்பது இருக்கு. மீதி அறுபத இன்னிக்கி எட்டான்த்து நானே கொண்டாந்து குடுத்துட்டுப் போறேன்.''

''அய்யாகிட்ட குடுங்க பாய்''

அவர் வேண்டாம் என்பது போலத் தலையாட்டினார். அவன் பக்கமே கையை காட்டினார்.

''யார் வாங்கினா என்ன, நீ வாங்கிக்கம்மா'' என்று காளியம்மாவிடம் நீட்டினார் பாய். அவள் தன் கணவனைப் பார்த்தாள். அவன், ''வாங்கிக்க'' என்றான். அவள் வாங்கிக் கையில் வைத்துக்கொண்டாள்.

சங்கரைப் பார்த்துச் சொன்னார், ''தம்பி உள்ள போயி ஒரு பேப்பரு எடுத்துகிட்டு வா. எவ்வளவு அமௌண்ட், எந்த தேதியில இருந்து எந்த தேதி வரைன்னு குறிச்சிக்குடுத்துட்டுப் போறேன்.''

அவன் உள்ளே போய் சிறிது நேரம் கழித்து ஒரு பேப்பரும், வைத்து

எழுத ஒரு நோட்டையும் கொண்டு வந்தான். அவர் அதை வாங்கி தன் ஜோபியிலிருந்த மைபேனாவை எடுத்து சுருக்கமாக விவரங்களை எழுதி ராஜாவிடம் கொடுத்துவிட்டு விடைபெற்றுச் சென்றார்.

...

நன்றாக வெயில் ஏறியிருந்தது. புங்கமரத்தின் அடர் நிழலின் குளுமையில் படுத்திருந்த குப்பக்கவுண்டர் ஏதோ உரத்தப் பேச்சுச் சத்தம் கேட்டு எழுந்து உட்கார்ந்தார். வீட்டுக்குள்ளிருந்துதான் சத்தம் வந்தது. அண்ணன் தங்கையும் ஏதோ சண்டையில் இறங்கியிருந்தார்கள். அவர் சுற்றுமுற்றும் பார்த்தார். வரப்பில் காளியம்மாள் வருவது தெரிந்தது. பக்கத்தில் இருந்த கைத்தடியை எடுத்து நீட்டி அதை அசைத்தார். அவள் அதை கவனித்துவிட்டு சற்று நடையைத் துரிதப்படுத்தி களத்துக்கு வந்தாள்.

அவர் உள்ளே காண்பித்துச் சொன்னார், "ரெண்டு பேரும் ஏதோ மாயறாங்க பாரு."

அவர் சொல்வது தெளிவாகக் கேட்கவில்லை என்றாலும் புரிந்துகொண்டு வீட்டுக்குள் போனாள். வரவேற்பறையில் டிவிக்குப் பக்கத்தில் சுவரில் சாய்ந்து தலையை கவிழ்ந்தபடி கவிதா உட்கார்ந்திருந்தாள். சங்கர் அவளுக்கு எதிரே நின்று முறைத்துப் பார்த்துக்கொண்டிருந்தான்.

"உனக்கு வேற வேலை இல்லையா, அவள ஏண்டா சீண்டி கிட்டிருக்கிற"

அவன் எதுவும் பேசவில்லை. அவளும் எதுவும் சொல்லவில்லை.

"உங்க ரெண்டு பேருக்கும் என்னடா ஆச்சி. சொல்லி தொலைங்களண்டா."

அவன் தன் சட்டை ஜோபியிலிருந்து ஒரு பேப்பரை எடுத்து அவளுக்கு முன் கீழே எறிந்துவிட்டுச் சொன்னான், "கேக்கறாங்க இல்ல சொல்லேன் உன் பவிசிய"

அவள் அதே நிலையில் அமர்ந்திருந்தாள்.

"ஏன் என்னடா அது பேப்பரு" என்று குழப்பத்துடன் கேட்டாள் காளியம்மாள்.

"உன் பொண்ணு எவனுக்கோ லவ் லெட்டர் எழுதியிருக்கா. யாருன்னு கேட்டா ஊமக்கோட்டான் மாதிரி உட்கார்ந்திருக்கா"

காளியம்மா அதிர்ச்சியில் நிலை குலைந்து போனாள். தன் மகளின் எதிரே உட்கார்ந்து கேட்டாள், "என்னடி இது வேலை. இப்படி தலை-யில கல்லக் கொண்டாந்து போட்டிருகேயடி.. யார்றி அவன்…"

அவன் அவளுக்கு அருகே வந்து எட்டி உதைத்துச் சொன்னான்,

''கேக்கறாங்க இல்ல, சொல்லு''

அவள் தலையை நிமிர்த்தி சீறினாள், ''இந்த மாதிரி ஒதைக்கிற வேலையெல்லாம் என்கிட்ட வச்சிக்காத''

அவன் திரும்பவும் வந்து உதைத்தபடி சொன்னான், ''என்ன மயிருக்கு உனக்குக் கோபம் வருது. காலேஜிக்கு அனுப்பிச்சா நீ லவ் பண்ணிகிட்டு திரியிறயா?''

''அவள ஒதைக்காதடா, நான் பேசிக்கிறேன். நீ கொஞ்சம் வெளிய போடா'' என அவனை முறைத்தாள் காளியம்மாள்.

''பாயி பேப்பர் கேட்டாருன்னு போயி தேடுனா இது கெடச்சது. இல்லென்னா இன்னும் எவ்வளவு காலத்துக்கு இந்த கூத்து நடந்திருக்குமோத் தெரியல'' என்றபடி அவன் கோபத்துடன் வெளியே போனான்.

அவன் போனதும் அழுது கொண்டிருந்த தன் மகளின் முகத்தைத் தூக்கிக் கேட்டாள், ''சொல்றி யாரு அது. ஏண்டி உனக்கு புத்தி இப்படி போயிடுச்சி?''

அவள் திரும்பவும் தலையை மடியில் புதைத்துக்கொண்டாள். ஆனால் காளியம்மா மீண்டும் அவள் முகத்தைத் நிமிர்த்திக் கேட்டாள், ''சொல்றி யாரு அவன்?''

அவள் சொன்னாள். ''திருவண்ணாமலை''

''கூடப் படிக்கிறவனா?''

''இல்ல, படிச்சிட்டு வேலத் தேடிகிட்டிருக்கான்''

''என்ன ஜாதி''

இதுவரை தைரியமாக பதில் சொன்ன அவள் மௌனமானாள். இது காளியம்மாவை கலவரப்படுத்தியது.

''சொல்றி, என்ன ஜாதி அவன்?'' எனக் கேட்டபடி அவளுடைய இரண்டு கன்னத்திலும் மாறி மாறி அறைந்தாள். இதனால் நிலை குலைந்த அவள் கீழே சுருண்டு படுத்துவிட்டாள்.

அவள் கேசத்தைப் பற்றித் தூக்கிய காளியம்மா, ''சொல்லப் போறயா இல்லையா?'' என ஆத்திரத்துடன் கேட்டு மீண்டும் அறைந்தாள். ''சொல்லுடி யாரு அவன், வேற ஜாதிப் பையனா?''

அவள் சொன்னாள், ''ஆமாம். காலனிப் பையன்.''

...

'என்ன சண்ட' என கிழவன் கேட்டும் சொல்லாமல், ரகுமான் பாயிக்காகக் கொண்டு வந்து போட்டிருந்த நாற்காலியில் அமைதியாக உட்கார்ந்திருந்தான் பேரன். ஓட்டு வீட்டு வாசலில் இருந்து வெளிப்பட்ட

பூனை மெல்லக் கத்திக் கொண்டே வந்து கட்டிலின் மேலே தாவி ஏறி கிழவனுக்குப் பக்கத்தில் உட்கார்ந்து கொண்டது. ஏதோ முறையிடுவது போலத் தொடர்ந்து அது கத்திக் கொண்டிருந்தது.

வீட்டுக்குள்ளிருந்து வெளியே வந்த காளியம்மாள் வேகமாக அவர்கள் இருவருக்கும் எதிரே வந்து மண்டுயிட்டு உட்கார்ந்தாள்.

"இப்படி ஒரு தீங்க கொண்டு வந்திருக்காளேடா, நான் என்ன பண்ணுவேன். போயும் போயும் ஒரு சேரி பையனா அவளுக்குக் கெடச்சான். நெனச்சாலே ஒடம்பெல்லாம் பத்திகிட்டு எரியுதே நான் என்ன பண்ணுவேன்" என தலையில் அடித்துக்கொண்டாள். உரத்துச் சொல்ல முடியாத ஓலமாக அது வெளிப்பட்டது.

தன் மகனைப் பார்த்துச் சொன்னாள், "எவ்வளவு தைரியம்டா அவளுக்கு. அவன் கூடத்தான் வாழ்வேன்னு சொல்றாடா. என்ன கேவலம் இது?"

ராஜா களத்தைக் கடந்து வேகமாக நடந்து வந்தவன் அவளுக்குப் பின்னால் வந்து நின்று கேட்டான், "ஏன் என்ன ஆச்சி, ஏன் சாவு வீடு மாதிரி ஒப்பாரி வைச்சிகிட்டிருக்கே?"

"பாவி மனுஷா, நீ ஒன்னு பெத்து வச்சிருக்கியே அவளுக்கு சேரிக்கார மாப்பிளதான் வேணுமாம். போய் கட்டி வையி... ஊரே பாராட்டும்" என ஆத்திரத்துடன் சொன்னாள்.

அவன் அதிர்ந்து நின்றுவிட்டான்.

எழுந்து நின்று அவனிடம் சொன்னாள், "இத பாரு இந்த அசிங்கம் வெளிய தெரியறதுக்குள்ள ஏழையோ பாழையோ எவனையாவது பாத்து புடிச்சிக் குடுத்து வீட்ட உட்டுத் தொரத்து. இல்லேன்னா வெஷம் வச்சி அவளக் கொன்னுடு."

அவன் அதிர்ச்சியில் உறைந்தவனாக திண்ணையில் போய் உட்கார்ந்துவிட்டான். காளியம்மாள் தன் மகனைப் பார்த்துச் சொன்னாள், "உன் மாமனுக்கு போன் பண்ணிக் கூப்பிடு. அவன் வரட்டும். பன்னன்டாவது முடிச்சதுமே அவள எவனுக்காவது கட்டிக் கொடுத்துடலாம்ன்னு சொன்னேன். அவன்தான் தடுத்தான். காலேஜி படிக்கட்டும்ன்னு சொன்னான். இப்ப இப்படி ஒரு கல்லத் தூக்கிக் கொண்டு வந்து போட்டிருக்காளே நான் என்னப் பண்ணுவேன்... போடா போயி அவன வரச் சொல்லு..."

...

சாலையோர புதரிலிருந்து வெளியேறிய பாம்பு குப்பக் கவுண்டரின் சாமந்தித் தோட்டத்துக்குள் இறங்கியது. தோட்டத்தைத் தாண்டிவிட்டால் தென்னஞ்சாலையை அடைந்துவிடலாம். மறைந்து கொள்ள அங்கே ஏராளமான இடங்கள் இருக்கின்றன. தென்னை மட்டைகளும், ஓலைகளும், செடிகளும் அடர்ந்த பகுதி அது. ஆட்களின்

நடமாட்டமும் அதிகம் இருக்காது. அப்பகுதியை இலக்காகக் கொண்டு தோட்டத்தில் வேகமாக நகர்ந்தது பாம்பு.

...

காளியம்மாவின் தம்பி சந்திரனுக்கு ஊருக்குள் வீடு. அவன் அன்று வரவில்லை. முக்கியக் கட்சி வேலை இருப்பதாகவும், நாளை காலை வருவதாகவும் சொல்லிவிட்டான். அவன் வந்துப் பேசினால் அவள் கேட்பாள், பிரச்சினைக்குத் தீர்வு கிடைக்கும் என நம்பினாள் காளியம்மா. இது குறித்து யாரும் யாருடனும் பேசிக் கொள்ளவில்லை. துக்க வீடு போல அது மாறி இருந்தது. அன்று இரவு கவிதா சாப்பிடவில்லை. சாப்பிடு என்று யாரும் சொல்லவில்லை. பார்வையிலும், உடல் அசைவுகளிலும் தன் பிடிவாதத்தை வீடு முழுவதும் அவள் நிறைத்துக்கொண்டிருந்தாள். அது அவர்களை ஆத்திரமூட்டியது. அவள் அங்கிருந்து நழுவிவிடக்கூடாது என்பதில் அவர்கள் எச்சரிக்கையாக இருந்தார்கள். அவள் கொண்டு வந்து சேர்த்திருக்கும் தீங்கு எப்படிப்பட்டது என்பதையும், அது அவர்கள் வாழ்க்கையில் என்னென்ன விளைவுகளை ஏற்படுத்தும் என்பதையும் யோசிப்பதற்கான அவகாசத்தை அந்த இரவு அவர்களுக்கு வழங்கியது. ஆனால் அது துன்புறுத்துவதாகவும், அச்சமூட்டும் ஒரு நாளை எதிர்கொள்ள அவர்களைத் தயார் படுத்துவதாகவும் இருந்தது.

இது வரை அமைதியாக இருந்த வீட்டில், தன் மரணத்துக்கு முன்பே ஏதோ விபரீதம் நிகழப் போகிறது என்பதை உள் உணர்ந்தார் குப்பக் கவுண்டர். இந்த பிரச்சினை அவர்களை எதில் கொண்டுபோய் சேர்க்குமோ என்ற அச்சம் அவர் மனதை வாட்டியது. அந்த மனநிலை-யிலேயே தூங்கப் போனார். வெயில் நிறைந்த ஒரு பகல் பொழுதை கனவில் கண்டார். பேத்தி கவிதா அவருடைய கையைப் பிடித்து காட்டு வழியே கூட்டிக்கொண்டு போகிறாள். "எங்கமா போறோம்?" "வா தாத்தா காட்றேன்." எதிர் பட்ட ஒரு குன்றை நோக்கி அவர்கள் போகிறார்கள். சூரை, பூலா, காரச் செடிகள் எல்லாம் காய்த்துப் பழுத்துக் கிடக்கின்றன. ஓடி ஓடி அவற்றைப் பறித்துத் தின்றபடி அவரை அவள் கூட்டிச் செல்கிறாள். வழியிலும் புதரிலும் புகுந்து அவர்கள் போகிறார்கள். அவள் கொண்டு போய் நிறுத்திய இடம் ஒரு கிணறு. முன்பு அந்த இடத்தில் ஒரு குட்டைதானே இருந்தது? எப்படி இவ்வளவு பெரிய கிணறு? முக்கால் பாகத்துக்கு மேல் தண்ணீர் தேங்கி, ஒரு குளம் போல அது தோன்றியது. ஊரில் அய்யர் தோட்டத்தில் உள்ள ஆலமரக் கிணறுதான் இவ்வளவுப் பெரியதாக இருக்கும். படி இருப்பதால் அதில்தான் ஊரில் உள்ள சிறுசுகள் முதல் பெருசுகள் வரை குதித்து கும்மாளம் அடிப்பார்கள். அவரும் போய் குதித்து விட்டு வருவார்.

கிணற்றின் கரையில் அவர் வியப்புடன் நின்றிருந்தார். "இங்க எதுக்குமா கூட்டிகிட்டு வந்த?" "அண்ணன் எனக்கு நீச்சல் தெரியாதுன்னு சொன்னான் இல்ல இப்பப் பாரு." அவள் தயங்காமல் கிணற்றுக்குள் குதித்தாள். நீருக்குள் ஆழச் சென்று மேலே வந்தவள்,

ஒரு தேர்ந்த நீச்சல்காரியைப் போல நீந்தத் தொடங்கினாள். அவர் ஆச்சர்யத்துடன் பார்த்துக் கொண்டிருக்க அவள் கரையைத் தொடாமல் கிணற்றைச் சுற்றிச் சுற்றி வந்தாள். அந்த நீள் சதுர கிணற்றில் இடமும் வலமும் போய் வந்தாள். அப்போது ஒரு பாம்பும் கரை ஓரமாக நீந்திக் கொண்டிப்பது கிழவனின் பார்வையில் படுகிறது. அவர் அச்சத்துடன் கத்துகிறார், ''கவிதா உன் பக்கத்தில பாம்புமா!'' அவள் தலையைத் தூக்கி கிழவனைப் பார்த்து சிரித்துக்கொண்டே சொன்னாள், ''அது தண்ணிப் பாம்பு தாத்தா, ஒன்னும் பண்ணாது.'' அவருக்கு அப்படித் தோன்றவில்லை. அந்த உச்சிப் பொழுதில் நீரில் தெரிந்த சூரியனின் உக்கிரத் தோற்றத்தைச் சிதைத்தபடி அவள் நீந்திக்கொண்டிருந்தாள். பின்னர் சட்டென்று தெருக்கூத்தில் வரும் தேவமாதைப் போல தோற்றம் பெற்றிருந்தாள், சுடிதாருக்குப் பதில் பட்டுச் சரிகைகள் மின்னும் சேலை உடுத்தியிருந்தாள். இடுப்பில் ஒட்டியானம், கையில் தங்க வளையல்கள், புஜங்களில் கற்கள் பதிக்கப்பட்ட நெலிவு, தலையில் பிரகாசமான நெத்திச் சுட்டி. அவள் கூப்பிட்டாள், ''நீங்களும் குதிங்க தாத்தா... ஒன்னும் ஆகாது குதிங்க...'' அவரும் குதித்தார். வெகு ஆழத்துக்குள் போனவர் கால்களை உதைத்து மேல் நோக்கி வரத் தொடங்கினார், வந்து கொண்ட இருந்தார் ஆனால் நீர் மட்டத்தை எட்ட முடியவில்லை... கால்களை வேகமாக உதைத்தார், கைகளை அலைந்தார்... மூச்சித் திணறத் தொடங்கியது... அந்த உணர்வுடனேயே அவருக்கு விழிப்புத் தட்டியது.

...

காலை பத்து மணி வாக்கில் சந்திரன் தனது பைக்கில் வந்து சேர்ந்தான். இங்கு வருவது வரை அவனுக்கு விஷயம் என்ன வென்று தெரியாது. அவன் வந்ததும் மூட்டுவீட்டுத் திண்ணையில் உட்கார வைத்து காளியம்மாள் விஷயத்தைச் சொன்னாள். அவன் அதிர்ந்து போய் விட்டான். அவனுக்கு என்ன சொல்வதென்று தெரியவில்லை. அவன் கால்களுக்கு அருகே வந்து உட்கார்ந்து அவள் சொன்னாள், ''சந்திரா, அவ மனச மாத்திக்களன்னா நாங்க யாரும் உசுரோடவே இருக்க மாட்டோம்.''

சந்திரன் சொன்னான், ''நீ நெனக்கிற மாதிரியெல்லாம் எதுவும் நடக்காது. கவலப்படாதேக்கா. நான் கவிதாகிட்ட பேசறேன். அவ எங்க இருக்கா?''

''உள்ளதான் இருக்கா'' என்று எதிர் வீட்டை காண்பித்தாள்.

அவன் எழுந்து களத்தைத் தாண்டி வீட்டுக்குள் போனான். அவள் படுக்கையறையில், சுவரில் சாய்ந்து நின்றிருந்தாள். அவள் முகம் பொலிவற்று காணப்பட்டது. அவன் வந்திருப்பது அவளுக்குத் தெரியும். அவன் வந்து தன்னிடம் என்னப் பேசப் போகிறான் என்பதை அறிந்தவளாகவும், தான் அதற்கு என்ன பதில் கூற வேண்டும் என்பதை முடிவு செய்து கொண்டவளாகவும் அவள் இருந்தாள்.

அவளுக்கு எதிரே வந்து நின்றவன் சற்று நிதானமாகவே கேட்டான், "உனக்கு என்ன ஆச்சி? ஏன் இப்படியெல்லாம் பண்ற? நாம யாரு, நம்ம குடும்பம் என்னன்னு உனக்குத் தெரியாது? நீ என்னக் கொழந்தையா? இதெல்லாம் என்ன வெளையாட்டா?"

அவள் தன் முகத்தை அவன் பக்கம் திருப்பவே இல்லை.

"காதலிக்கிறது தப்புன்னு சொல்ற ஆளு நானு இல்ல. ஆனா அவன் யாரு, என்ன, நம்ம குடும்பத்துக்கு ஒத்து வருமான்னு பாக்க வேணாம்?"

அவள் எந்த அசைவையும் வெளிப்படத்தவில்லை.

"இப்படி பேசாம இருந்தா என்ன அர்த்தம்? உன்னால குடும்பமே கதிகலங்கி போயிருக்கு பாத்தியா இல்லையா?"

அவள் தலையை நிமிர்த்தி அவனைப் பார்த்துவிட்டு மீண்டும் திருப்பிக்கொண்டு தெளிவாகச் சொன்னாள், "மொதல்ல அவன் அந்த ஜாதின்னு எனக்குத் தெரியாது மாமா. பழகனப் பெறகுதான் தெரியும்."

"அப்புறம் போடான்னிட்டு வந்திட வேண்டியதுதானே?"

அவள் அமைதியாக இருந்தாள்.

"இதப் பாரு கவிதா. நீ நெனக்கிறதெல்லாம் எதுவும் நடக்காது. அதுக்கெல்லாம் வழியே இல்ல. வீணா உன் வாழ்க்கைய கெடுத்துக்காத."

அவள் அவனை திரும்பிப் பார்க்கவில்லை. இது குறித்து பேசவும் விரும்பாதவள் போல காணப்பட்டாள்.

அவன் வெளியே வந்தான். ராஜாவும் சங்கரும் நிலத்திலிருந்து வந்துவிட்டிருந்தார்கள். எதிர் வீட்டின் வலது பக்கத் திண்ணையில் ராஜா உட்கார்ந்திருந்தான். சங்கர் கிழவனுடன் கட்டிலில் உட்கார்ந்திருந்தான். காளியம்மாள் கதவோரம் சந்திரனுக்காக காத்திருந்தாள். அவன் இடது பக்கத் திண்ணையில் போய் உட்கார்ந்தான். அவன் முகத்தைப் பார்த்தே, அங்கு என்ன நடந்திருக்கும் என்பதை யூகித்துக் கொண்டாள் காளியம்மாள்.

அவள் கேட்டாள், "என்ன சொன்னா அந்தத் தேவிடியா? அந்த மாப்பிளதான் வேணுமாமா?"

அவன் எதுவும் சொல்லவில்லை. என்ன சொல்வது, என்ன முடிவெடுப்பது என்று அவனுக்குத் தெரியவில்லை.

ஆத்திரத்துடன் காணப்பட்ட காளியம்மாள் அவன் கால் அருகே வந்து உட்கார்ந்து சொன்னாள், "டேய் சந்திரா, பெத்த வயிறு பத்தியெறியச் சொல்றேன். இப்படி ஒரு பொண்ணே எனக்குப் பொறக்கலன்னு நெனச்சிக்கிறேன். அவளக் கொன்னுடுங்க."

இதுவரை அதிர்ச்சியில் உறைந்துபோனது போல, யாரிடமும் எதுவும் பேசாமல் இருந்த ராஜா, திண்ணையிலிருந்து களத்தில் இறங்கினான்.

தன் மகனைப் பார்த்துச் சொன்னான், ''போயி உன் பெரியப்பன கூட்டிகிட்டு வா.''

''அவரு எதுக்கு மாமா'' என்று சந்திரன் சங்கடத்துடன் தடுத்தான்.

''வரட்டும். இத இப்படியே உட்டா இந்த ஊர்ல நாம மானத்தோட துணி கட்டிகிட்டு உலாத்த முடியாது. டேய் சங்கரு நீ போயி அவன கூட்டிகிட்டுவா. இன்னிக்கி ஏதாவது முடிவு கட்டியாவனும்.''

காளியம்மாள் சொன்னாள், ''ஏன்னு கேட்டா, வரச் சொன்னாங்கன்னு மட்டும் சொல்லு. அவளுக்குச் தெரிஞ்சா ஊரு பூரா நாறடிச்சிடுவா''

தன் மாமாவின் இருசக்கர வாகனத்தை வாங்கிக்கொண்டு அவன் போனான்.

...

நேற்று சாமந்தித் தோட்டத்தைக் கடந்து வந்த பாம்பு, முத்துக்காய் செடிகளும் நந்திவெட்டான் செடிகளும் மண்டிக்கிடந்த தென்னஞ் சாலை மேட்டில் வந்து குடிபுகுந்திருந்தது. அங்கே ஏராளமான தென்னை மட்டைகள் வெட்டிப் போடப்பட்டு, விறகுக்காகக் குவித்து வைக்கப்பட்டிருந்தன. அந்த குவியல்களில் ஒன்றில் புகுந்து சௌகரியமான இடம் பார்த்துச் சுருண்டு கொண்டது. அவ்வப்போது தலையை வெளியே நீட்டி நோட்டம் பார்த்தது. தொலைவில் வீட்டருகே தெரிந்த ஆட்களின் நடமாட்டம்தான் அதை அச்சமடையச் செய்தது. என்றாலும் காட்டை விட இந்த இடத்தை சௌகரியமாகவே உணர்ந்தது. தென்னை மர நிழலும், ஈரமும் படிந்து பூச்சிகளுக்கும் தவளைகளுக்கும் புகலிடமாக அது இருந்தது.

...

அழைத்த உடனேயே புறப்பட்டு வந்தான் ராஜாவின் அண்ணன் கோவிந்தன். ஏதோ முக்கிய விஷயம் என்பது மட்டும் சட்டென்று புரிந்தது அவனுக்கு. சங்கர் கொண்டு வந்திருந்த பைக்கின் முன்னால் மாட்டியிருந்த சிகப்புக் கொடி சந்திரனும் வந்திருக்கிறான் என்பதை காட்டியது. கொஞ்சம் காலமாகவே சகோதரர்களுக்குள் பேச்சுவார்த்தை இல்லை. பாகப்பிரிவினையின் போது ஏற்பட்ட சிறு மனஸ்தாபம் அவர்களின் மனைவிகளால் ஊதி பெருக்கப்பட்டிருந்தது. அதையும் தாண்டி அழைப்பு வருகிறதென்றால் முக்கியமாகத்தான் இருக்கும். ஒரு வேளை கிழவனுக்குத்தான் ஏதாவது ஆகிவிட்டதா என்ற பதற்றமும் அவனிடம் தொற்றிக்கொண்டது. தம்பியின் தோட்டத்துக்கும் அவனு டைய தோட்டத்துக்கும் ஒரு பர்லாங் தொலைவிருக்கும். சங்கருக்கு பின்னாலேயே அவனும் தனது இருசக்கர வாகனத்தில் வந்து சேர்ந்தான். மரத்துக்குக் கீழே கிழவனைப் பார்த்தப் பின்னர்தான் அவனுக்கு நிம்மதி ஏற்பட்டது. வண்டியை நிறுத்திவிட்டு நேராக சந்திரன் உட்கார்ந்திருந்த ஓட்டுவீட்டுத் திண்ணையில் அவனுக்குப் பக்கத்தில் போய் உட்கார்ந்தான். சந்திரன்தான் அவனை ''வாங்க மாமா'' என்று

வரவேற்றான். எதிர் திண்ணையில் உட்கார்ந்திருந்த ராஜா எதுவும் பேசவில்லை. காளியம்மா மூத்தாரைப் பார்த்ததும் உள்ளே சென்று கதவுக்குப் பின்னால் நின்று கொண்டாள்.

''என்ன மச்சான் காலையிலேயே இந்தப் பக்கம்?'' என்று சந்திரனின் கையைப் பிடித்தான் கோவிந்தன். ''கட்சி வேலையெல்லாம் எப்படி போய்கிட்டிருக்கு?'' என ஒரு சகஜ பாவத்தை அங்கே உருவாக்க விரும்பினான். ஆனால் சந்திரனின் முகம் காட்டிய சங்கட உணர்வு அவனைப் பின்வாங்கச் செய்தது.

''ஏதாவது பிரச்சனையா என்ன?'' என சந்திரனின் கையை அழுத்திக்கேட்டான் கோவிந்தான்.

''பிரச்சனை என்ன பிரச்சனை மாமா...'' என்ற பீடிகையுடன் விஷயத்தை மெல்லச் சொன்னான் சந்திரன். அவன் சொல்ல சொல்ல கோவிந்தனின் முகம் மாறி விட்டது. இது அவன் தம்பி வீட்டு விஷயம் மட்டுமா என்ன? அவன் திண்ணையிலிருந்து இறங்கி நின்று கொண்டான்.

''என்ன எழவு மயிரு இதெல்லாம். என்ன புள்ளைய வளர்த்து வச்சிருக்கீங்க? யாருக்கு இது அடுக்கும்? அக்கம் பக்கத்தில கேட்டா காறி துப்ப மாட்டாங்க...''

சந்திரன் அவன் கையைப் பிடித்து ''உட்காருங்க மாமா பேசலாம்'' எனச் சொல்லி மீண்டும் உட்கார வைத்தான்.

''மச்சான்! இந்த அசிங்கமெல்லாம் தெரிஞ்சா எவன் நம்ம வாசல மிதிச்சி தண்ணி வாங்கிக் குடிப்பான்? என்னத்துக்கு இந்த கழுதையெல்லாம் காலேஜிக்கு அனுப்புறிங்க? இவ எல்லாம் படிச்சித்தான் குடும்பத்த கரையேத்தப் போறாளா?''

அவன் தன் கால்களை மடக்கி திண்ணை சுவரில் சாய்ந்து உட்கார்ந்துகொண்டான். சிறிது நேரம் யாரும் பேசவில்லை.

அவன் சொன்னான், ''அய்யா இதைத்தான் படிச்சிப் படிச்சி சொன்னாங்க. அவனுங்க இதே வேலையா திரியறானுங்க, ஜாக்கிரதையா இருங்கன்னு. அங்க இங்க நடந்தது இப்ப நம்ம வீட்டுக்கே வந்துடுச்சி. ஆட்ட கடிச்சி மாட்ட கடிச்சி கடைசியா மனுசனக் கடிச்ச கதையா நம்ம வீட்லயே கைய வச்சிட்டாங்களா? யாரு அந்த பரதேசி நாயி? சொன்னாளா இல்லையா?''

''அவ எங்க சொல்றா...'' என காளியம்மாள் உள்ளே இருந்து பதிலளித்தாள்.

''இவளுக்கு என்ன வயசாவுது?''

''போன மாசியோட பதனெட்டு முடிஞ்சிடுச்சி''

கோவிந்தன் சொன்னான், ''தலைக்கு வந்தது தலைப்பாயோட

போயிடுச்சின்னு நினைச்சிக்கு வேண்டியதுதான். இப்பவாவது தெரிஞ்சதே. அவன் கூட ஓடியிருந்தான்னா என்ன ஆயிருக்கும்? எல்லாம் தலமேல கைய வச்சிகினு உட்கார்ந்திருக்க வேண்டியதுதான். அப்புறம் போலீஸ் ஸ்டேஷன், பத்திரிக, டிவின்னு நம்ம குடும்ப மானம் பறந்திருக்கும்."

தன்னால் தான் இதெல்லாம் தொடங்கியது என்பதில் பெரும் குற்ற உணர்வுக்கு ஆட்பட்டிருந்தான் சங்கர். அவன் பெரியப்பா சொல்வது போல நடந்திருந்தால் என்ன ஆகியிருக்கும் என்பதை நினைத்துப் பார்த்தபோது மனம் பதறியது. தன் தங்கச்சி மீது ஆத்திரமாக வந்தது.

கோவிந்தன் சொன்னான், "இவள இனிமே வெளிய அனுப்புனிங் கன்னா அப்புறம் நம்ப குடும்ப மானத்த யாராலும் காப்பாத்த முடியாது. வீட்ல வச்சிருக்கிறதும் ஆபத்துதான். இருவத்தி நாலு மணி நேரமும் அவள நீங்க காவல் காத்துக்கிட்டிருக்க முடியாது."

இந்தப் பிரச்சினை அவனை அதிகம் பதற்றமடையச் செய்திருந்தது. இதுகெல்லாம் காரணமானவன் யாரென்பதை தெரிந்துக்கொள்ளும் ஆத்திரம் அவனிடம் மேலிட்டது.

"மச்சான் அவன் யாருன்னு மட்டும் கேட்டுச் சொல்லு, அவன பலி போட்டுட்டு வந்திட்றேன்" என்றான் கோவிந்தன்.

சந்திரன் சொன்னான், "பிரச்சனைய பெருசாக்க வேணாம் மாமா, அப்புறம் எங்கப்பன் குதிருக்குள்ள இல்லேங்கிற கதையா ஆயிடும். நம்ம பொண்ணு மேல தப்ப வச்சிகிட்டு அவனப் போயி சீண்டிகிட்டிருக்கிறதல அர்த்தமில்ல."

சட்டென்று ராஜா சொன்னான், "இவ்வளவு ஆன பிறகு அவ உசுரோடவே இருக்கக் கூடாது. ஒன்னும் அவ சாகனும் இல்லே நாங்க சாகனும். வேற பேச்சுக்கே எடமில்லை."

சந்திரன் கலங்கித்தான் போனான். இப்படி யோசிக்கவே அவனுக்கு அச்சமாக இருந்தது. அவன் அக்காளும் இதையேதான் சொல்கிறாள், ஏற்கெனவே முடிவு செய்துவிட்டு, இந்த நெருக்கடியை உருவாக்கத்தான் தன் அண்ணனை வரவழைத்தானா அவன் மாமன்? என்ன ஆயிற்று இவர்களுக்கு? எப்படி இதற்குத் துணிந்தார்கள்?

கோவிந்தன் சொன்னான், "மச்சான் நீ திரும்ப அவகிட்டப் பேசிப் பாரு, என்ன சொல்றான்னு கேளு"

சந்திரன் தயக்கத்துடன் எழுந்து எதிர் வீட்டுக்குள் போனான். கவிதா முன்பு பார்த்த இடத்தில், இப்போது உட்கார்ந்திருந்தாள். அவளுக்கு எதிரே ஒரு பிளாஸ்டிக் சேரை இழுத்துப் போட்டு உட்கார்ந்தான். அவளை எப்படியாவது தன் முடிவிலிருந்து திசைத் திருப்பி அழைத்து வந்துவிட வேண்டும் என்று அவன் துடித்தான். இதனால் எந்த விபரீதமும் நடந்துவிடக் கூடாது.

"கவிதா என்ன இதெல்லாம்? உன்ன இதுக்கா நாங்க வளர்த்தோம்? நம்ம குடும்பம் என்ன ஆவும்ன்னு யோசிக்கவே மாட்டியா? இப்ப சொல்லு, உனக்கு எந்த மாதிரி மாப்பிளை வேணும்? கொண்டு வந்து நிறுத்திறேன். கல்யாணச் செலவு எவ்வளவு ஆவட்டும் நானே பாத்துக்கிறேன். ஆனா நீ நினைக்கிற மாதிரி எதுவும் நடக்காதும்மா. ஏன் புரிஞ்சிக்காம பிடிவாதம் பண்ற?.''

அவள் தலை நிமிர்த்தி அவனைப் பார்த்து உறுதியுடன் சொன்னாள், "மாமா என்னை வெளிய விட்டிருங்க. நான் என் வழி-யிலப் போய்க்கிறேன். இல்லேன்னா வெஷம் வாங்கிக் குடுத்துடுங்க. குடிச்சிட்டு செத்துட்றேன்.''

"அவுங்க அதுக்கு தயாராதான் இருக்காங்க" என்று நாற்காலியிருந்து அவன் கோபத்துடன் எழுந்தான். "இதுதான் உன் முடிவா?''

"ஆமாம் மாமா."

...

அன்று மதியம் வெயில் உக்கிரமாக காய்ந்து கொண்டிருந்தது. களத்தில் யாருமில்லை. குப்பக் கவுண்டர் கட்டிலில் படுத்திருந்தார். காலையில் வந்திருந்த சந்திரனும், கோவிந்தனும் பிரச்சினைக்கு முடிவு காணாமலேயே குழப்பத்துடன் கிளம்பிப் போயிருந்தார்கள். ஆனால் ராஜா ஏற்கெனவே தான் எடுத்திருந்த முடிவிலிருந்து பின் வாங்கவில்லை. அதற்கு காளியம்மாவும் உடன்பட்டுப் போனாள். அவளால் எதையும் தடுக்க முடியவில்லை. அவளுக்கு வேறு மார்க்கமும் தெரியவில்லை. ஓட்டு வீட்டை சாத்திக்கொண்டு உள்ளே உட்கார்ந்து அழுதபடி இருந்தாள். என்ன செய்வதென்றே அவளுக்கு விளங்கவில்லை. சுவரில் தலையை முட்டிக்கொண்டுக் கதறினாள், "படுபாவி... படுபாவி... எங்கள பழிகாரங்களா ஆக்கிட்டியே... பழிகாரங்களா ஆக்கிட்டியே... இதுக்கா உன்னப் பெத்து வளத்தேன்..."

பம்புசெட்டருகே ராஜா சிலை போல உட்கார்ந்திருந்தான். அவன் கண்கள் கலங்கியிருந்தன. சங்கர் எதிரே குந்தக்காலிட்டு உட்கார்ந்து அவனிடம் கெஞ்சி அழுதுகொண்டிருந்தான், "அய்யா போயி கதவத் தெறந்து உட்றுங்கய்யா, அது எங்கனா போவட்டும்...அழிஞ்சி சாவட்டும்... கதவத் தொறந்து உட்றுங்கய்யா..." ஆனால் அவன் அசையவில்லை. அவன் மனம் இரங்கவில்லை. அது இறுகிப்போ-யிருந்தது.

000

பாம்பு மறைவான அந்த மேட்டிலிருந்து இறங்கி கரம்பாகக் கிடந்த நிலத்தின் வழியே குப்பக் கவுண்டர் வீட்டை நோக்கிச் செல்லத் தொடங்கியது. புழுதியில் ஊர்ந்து, ஆளரவம் வற்றி நிசப்பத்துடன் காணப்பட்ட அந்த வீட்டை நெருங்கியது. அப்போது கரம்பில் மேய்ந்துகொண்டிருந்த கோழிகள் பதறி ஓடி வீட்டுக்குப் பின்னால்

வளர்த்திருந்த தீவணப் புற்களுக்குள் மறைந்து விட்டன. வீட்டுக்கு இட்டுச் செல்லும் மண்பாதையை அடைந்த பாம்பு சாக்கடை தட்டியை ஒட்டி நகர்ந்து களத்துக்கு வந்தது. சற்று தயங்கி தலையை தூக்கிப் பார்த்தது. பின்னர் தொடர்ந்து முன்னேறி களத்தின் மையப் பகுதிக்கு வந்து சேர்ந்தது. அப்போது கட்டிலுக்குப் பக்கத்தில் படுத்திருந்த பூனை வெகுண்டெழுந்து பாம்பை நோக்கித் தாவிச் சென்றது. ஆனால் அருகே போகாமல் மிரண்டு பின் வாங்கி கோபத்துடன் சீறியது. அந்த கிழட்டு நாய் எழுந்து நின்று குரைக்கத் தொடங்கியது. ஆனால் அருகில் செல்லவில்லை. குப்பக் கவுண்டர் எழுந்து உட்கார்ந்து என்னவென்று பார்த்தார். பாம்பு அவரைப் பார்த்த வாக்கில் படமெடுத்து நின்று கொண்டிருந்தது. பதற்றத்துடன் அவர் தன் கைத்தடியை எடுத்து பாம்பை நோக்கி அசைத்தார். 'சங்கரு பாம்புடா' என கத்தினார். ஆனால் சத்தம் அவர் வாயிலிருந்து எழும்பவில்லை.

...

இரண்டு நாள் சரியான தூக்கம் இல்லாததால் சந்திரன் அன்று காலை ஒன்பது மணி வரை எழாமல் தூங்கிக்கொண்டிருந்தான். அவன் மனைவி வந்து அவனை தட்டி எழுப்பினாள். அவனைப் பார்க்க தோழர் பெருமாள் வந்திருப்பதாக அவள் சொன்னாள். முகம் கழுவி, சட்டையை மாட்டிக்கொண்டு வரவேற்பறைக்கு வந்தான். பெருமாள் நாற்காலியில் உட்கார்ந்து தன்னுடன் கொண்டு வந்திருந்த தினசரியை பிரித்துப் பார்த்துக்கொண்டிருந்தார்.

"வாங்க தோழர்" சந்திரன் அவரை வரவேற்றான்.

"வணக்கம் தோழர்" என பெருமாள் தினசரியை மூடி வைத்தபடி சிரித்தார்.

"காப்பி சாப்பட்றிங்களா?"

"இல்ல தோழர். உங்களுக்குத்தான் தெரியுமே. காப்பி டீ சாப்பிட்றத உட்டு ரொம்ப நாளாச்சி. நேத்து சாய்ந்திரம்தான் தகவல் சொன்னாங்க. கூட்டத்துக்கு வருவீங்கன்னு எதிர்பார்த்துக்கிட்டிருந்தேன், வர்ல. போன் பண்ணா சுவிட்ச் ஆப்ன்னு வந்தது, நீங்க அப்படி சுவிட்ச் ஆப் பண்ண மாட்டீங்களே. என்னவோ தெரியலேயேன்னு யோசிச்சிகிட்டிருந்தேன். அப்புறம் இந்த மாதிரின்னு தகவல் சொல்றாங்க. நம்ம காளியம்மா மகதானே தோழர்?"

"ஆமா தோழர். அதுதான்."

"காலேஜ் அட்மிஷனப்ப நானும் கூடதானே இருந்தேன். என்ன ஆச்சி தோழர்? ஒடம்பு ஏதாவது சரியில்லாம இருந்திச்சா?"

"அதெல்லாம் ஒன்னுமில்லே தோழர். நல்லாதான் காலேஜ் போய் வந்துகிட்டிருந்தது. முந்தாநாளு தோட்டத்துப் பக்கம் போறப்ப பாம்பு கடிச்சிட்டிருக்கு. ஆஸ்பத்திரிக்கு கொண்டு போறதுக்குள்ள போயிடுச்சி,

காப்பாத்த முடியல...''

அந்தத் துயர நிகழ்வு மீண்டும் வந்து மனதை தாக்கத் தொடங்கியதால் அவன் உள்ளமிழ்ந்து போனான்.

''அவ்வளவு சீக்கிரமாவா வெஷம் ஏறிடுச்சி? நம்பவே முடியலையே தோழர். என்ன பாம்பு தோழர்? கண்டுபிடிச்சிட்டாங்களா?''

''அங்கியேதான் இருந்திருக்கு, அடிச்சி அதையும் கொளுத்திட்டாங்க. கருநாகம் மாதிரிதான் தெரிஞ்சது.''

சந்திரனின் வருத்தத்தை தானும் பகிர்ந்து கொள்வது போல பெருமாள் கொஞ்சம் நேரம் அமைதியாக இருந்தார். கூட்டம் குறித்தும் அதன் வெற்றி குறித்தும் சந்திரனிடம் சொல்ல வேண்டும் என்ற ஆவலை அவர் கட்டுப்படுத்திக்கொண்டார். அதைத் தெரிந்துகொள்ளும் நிலையில் அவன் இல்லை என்பது அவருக்குப் புரிந்தது.

சந்திரன் சொன்னான், ''உங்களுக்கு இன்னொரு விஷயம் தெரியாதில்ல. காளியம்மாவோட மாமனாரும் நேத்து காலமாயிட்டாரு.''

''என்ன சொல்றிங்க தோழர்!'' பெருமாள் அதிர்ச்சியுடன் பார்த்தார்.

''ஆமாம் தோழர். அடுத்தடுத்து ரெண்டு சாவு. கவிதா சாவுக்கு வந்திருந்தவங்க அங்கதான் தூங்கிக்கிட்டிருந்திருக்காங்க. இவரு எப்பயும் போல திண்ணையிலதான் படுத்திருந்திருக்கார். காலையில பாத்தப்போ படுக்கையில இல்ல. தேடிப் பாத்தா கெணத்துல கெடந்திருக்கிறார்.''

''என்ன தோழர் இதெல்லாம்?''

''அதான் யாருக்கும் ஒன்னும் புரியல. ஒன்னுக்கு ரெண்டுக்குக்கூட கோல ஊணிக்கிட்டு தட்டுத்தடுமாறிதான் போவாரு. இருட்ல இவ்வளவு தூரம் எப்படி நடந்து போனாருன்னுதான் தெரியல. போயிருந்தா வரப்புலதான் நடந்து போயிருக்கனும். அதுதான் ஆச்சர்யமா இருக்கு.''

இரண்டாவது வளைவு

திட்டமிட்டபடி ஒன்பது மணிக்கே அவன் அந்த இடத்துக்கு வந்து சேர்ந்துவிட்டான். தேசிய நெடுஞ்சாலையை ஒட்டி யிருந்த தேனீர் கடை அது. எதிர் புறமாக அவன் பார்வையில் படும்படி அந்த மதுவிடுதி இருந்தது. சாலை தடுப்புச் சுவரோ, அவ்வப்போது சென்றுகொண்டிருக்கும் வாகனங்களோ மது விடுதியிலிருந்து வெளியே வரும் எதிரியை பார்வை யிலிருந்து மறைத்துவிட முடியாது. தேனீர் கடை பெஞ்சில் உட்கார்ந்தபடியே, அவன் வெளியே வருகிறானா என்பதைக் கண்காணிக்க முடியும்.

இரவு நேரத்தில் பேருந்துகள், பேருந்து நிலையத்துக்குள் செல்லாமல் இங்குதான் நிற்கும் என்பதால் அந்தத் தேனீர் கடைக்கு எதிரே நிறைய பயணிகள் காத்திருந்தனர். அவர்கள் பெரும்பாலும் தொலைவில் உள்ள தொழில் நகரங்களில் தங்கி வேலைக்குச் செல்பவர்களாக இருக்க வேண்டும். பெட்டிகள், மூட்டை முடிச்சிகளுடன் அவர்கள் காத்திருந்தனர். அவர்களிலிருந்து தனித்துத் தெரிந்த ஒரு இளம்பெண்ணும், ஒரு நடுத்தர வயது மனிதனும் தேனீர் கடைக்கு முன்னால் அப்போதுதான் வந்து நின்றனர். சற்று தொலைவாகவே அந்தப் பெண் நின்றிருக்க அந்த ஆள் மட்டும் தன் கையிலிருந்த பெரிய லெதர் பையை அவளருகே வைத்துவிட்டு இவனை நோக்கி வந்தான்.

அவன் கேட்டான், ''சர்மா போயிடுச்சா சார்?''

பதில் சொல்ல இவன் சற்றுத் தயங்கினான். ஒருவேளை அவன் வருவதற்கு முன்னால் அந்தப் பேருந்து போயிருக்கலாம்.

அவன் சொன்னான், ''கொஞ்சம் நேரத்துக்கு முன்னதான் வந்தேன். எதுவும் போகல.''

இந்த பதில் அவர்களுக்குப் போதுமானதாக இருந்திருக்கலாம். அவர்கள் இருவரும் மேலும் யாரையும் விசாரிக்காமல் காத்திருக்கத் தொடங்கினர். அந்தப் பெண்ணின் நாகரீகத் தோற்றம் அனேகமாக அவள் பெரிய நிறுவனம் ஒன்றில் கணினித் தொடர்பான வேலை செய்பவளாக இருக்கலாம் என யூகிக்கும்படி இருந்தது. இப்பகுதியிலிருந்து போன நிறைய ஆண்களும் பெண்களும் இப்படிப் பட்ட பணிகளில்தான் இருக்கிறார்கள். இந்த வகையான ஒரு ஆளாகி இருக்க வேண்டியவன்தான் தானும் என்ற எண்ணம் அவனுக்கு உண்டு. படிப்பில் அவன் ஒன்றும் குறைச்சல் இல்லை. ஆனால் அவனுடைய லட்சியம் வேறு, பாதை வேறு. அவன் நண்பர்கள் யோசனைப்படி படித்திருந்தால் அவனும் ஒரு தனியார் நிறுவனத்தில் அவர்களைப் போலவே நல்ல சம்பளத்தில் இருந்திருக்கலாம். அவன் அப்பா விருப்பப்படி ஆசிரியர் பயிற்சி முடித்திருந்தால் எப்போதோ ஒரு ஆசிரியராகி, இன்னொரு ஆசிரியையை மணந்து இந்த நகரத்தில் சௌகரியமான ஒரு வாழ்க்கையை அமைத்துக் கொண்டிருக்கலாம். ஆனால் இது போன்ற பாதைகளைத் தேர்ந்தெடுக்க அவன் என்ன சராசரி மனிதனா? அவன் வாழ்க்கை வெறும் இந்தப் பதவிகளாலும், பணத்தால் மட்டுமே அளக்கக் கூடியதா என்ன? புத்தகங்கள், சிந்தனைகள், யோசனைகள், கற்பனைகள், திட்டங்கள் இதுதானே அவனை வசீகரிக்கின்றன. இதோ இதுபோன்ற பெண்களிடம்கூட அவனுக்கு நாட்டம் உண்டு என்றாலும் அது இரண்டாம் பட்சம்தான்.

"வயசு முப்பத்தியஞ்சி ஆகப் போகுது. இன்னும் என்ன பண்ணலாம் என யோசனை?" அவன் அம்மா கேட்கிறாள், பின்னாலிருந்து அவன் அப்பா கேட்கிறார், அக்கம்பக்கத்தினர் கேட்கின்றனர், சொந்தங்கள், நண்பர்கள் கேட்கின்றனர். அவன் மனம் கூட சில பொழுது விலகி நின்று கேட்கத்தான் செய்கிறது. "லாபமோ, நஷ்டமோ பணம் தர்றேன் அவன ஏதாவது தொழில் செய்யச் சொல். அப்பதான் மதிச்சி யாராவது பொண்ணு கொடுப்பாங்க." இந்த யோசனைக்கு அவன் உடன்பட்டான். அவனுள் எழுந்து உக்கிரமாக ஓடும் சிந்தனைகளுக்குக் கடிவாளம் போடாத எந்த ஒரு தொழிலையும் செய்ய அவன் தயார். கடை ஒன்றைப் பார்த்து முன்பணம் கொடுத்து நகலகம் ஒன்றைத் தொடங்கினான். "பக்கத்துக்கு 50 பைசா" என வெளிய விளம்பரம் வைத்தான். மையமான இடம், அருகே அரசு அலுவலகங்கள், நிறைய வாடிக்கையாளர்கள். ஆனால் செலவு எல்லாம் போக மிஞ்சியது சொற்பம்தான். அவனைப் போலவே சிலர் 50 காசுக்கு நகல் எடுத்துத் தந்தாலும் அவர்களால் எப்படி சமாளிக்க முடிகிறது? மற்றவர்கள் எப்படி இத்தொழிலை வெற்றிகரமாக மேற்கொள்கிறார்கள்? யோசித்ததில் அவனுக்குப் புலப்பட்டது: ஒன்று கட்டணத்தை அதிகப்படுத்த வேண்டும், இல்லையென்றால் கூடவே வேறு தொழில் செய்ய வேண்டும். இரண்டுமே அவனுக்கு உடன்பாடாக இல்லை. முன்னது நகைப்புக்கு வழிவகுக்கும், பின்னதுக்கு முதலீடு தேவை. அவன் அப்பாவிடம் மீண்டும் கையேந்த வேண்டும். எனவே அவன் காலம் அந்த நகல் எந்திரத்துடனேயே கழிந்துகொண்டிருந்தது.

ஆனால் அவனுடைய கற்பனைகளும், லட்சியப் பயணமும் எந்த இடையூறும் இல்லாமல் தொடர்ந்தது.

எந்த அமைப்போடும் கட்சியோடும் தன்னை இணைத்துக் கொள்ளாதத் தனியன் அவன். கறைபடியாத, சமரசம் இல்லாத பயணம் இது. எவையோடும் அடையாளம் காணமுடியாத இந்த ரகசிய வெளியில் செயல்படுத்த அவனிடம் நிறையத் திட்டங்கள் உண்டு. அதில் ஒன்றுதான் இந்த 'இரண்டாவது வளைவு' திட்டம்.

கடந்த வாரம் தினசரியில் வந்திருந்த ஒரு செய்திதான் இதன் வித்து. இருசக்கர வாகனத்தில் சென்ற இளைஞன் ஒருவன் ஏரிக்கரை வளைவிலிருந்து கீழே விழுந்து இறந்து போயிருந்தான். அங்கே தடுப்புச் சுவர் இல்லாததால் அடிக்கடி விபத்து நடப்பதாகக் கூறி அப்பகுதி மக்கள் சாலை மறியல் செய்திருந்தனர். இதை வாசித்ததும் அவன் சிந்தனை, நிறைவேற்ற முடியாமல் தள்ளிப் போய்க்கொண்டிருந்த 'நற்செயல்' ஒன்றின் முனையை பிடித்திழுத்து வந்து அந்த செய்தியோடு முடிச்சிட்டதில் உருவான திட்டம்தான் இது.

அதற்கு முன்பே இதற்கான பணிகளை அவன் தொடங்கிவிட்டான். எதிரியானவன் கிராமத்திலிருந்து எப்போது இங்கு வருகிறான், என்ன செய்கிறான், யாரை சந்திக்கிறான், திரும்ப எப்போது போகிறான் என்பதையெல்லாம் கண்காணிக்கத் தொடங்கினான். நகரத்துக்கே இவன் குடிபெயர்ந்துவிட்டதால் கிராமத்துக்கும் அவனுக்குமான தொடர்பு சற்றே மங்கித்தான் போயிருந்தது. ஆனால் கிராமத்தைப் பற்றியும் அந்த எதிரியைப் பற்றியும் தகவல் சொல்வதற்கு அவன் நட்பு வட்டத்தில் சிலர் இருக்கவே செய்தனர்.

திட்டத்தை செயல்படுத்துவதற்கான இடத்தையும் அவன் தேர்வு செய்துவிட்டான். அவனுடைய கிராமத்துக்கு செல்லும் சாலையில் உள்ள ஏரிக்கரைதான் அது. அங்கே மூன்று வளைவுகள் உண்டு. அதில் இரண்டு ஆபத்தான உயரம் கொண்டவை. தடுப்புச் சுவர் இல்லாத அந்த வளைவுகளில் அவ்வப்போது அசம்பாவிதங்கள் நடப்பதுண்டுதான் என்றாலும் யாருக்கும் மரணம் சம்பவித்ததில்லை. ஆனால் இன்று இரவு அது நிகழப்போகிறது. அது அவனால் நிகழ்த்தப்பட இருக்கிறது. மதுவிடுதியிலிருந்து இருசக்கர வாகனத்தில் வரும் அவனைப் பின் தொடர்ந்து சென்று, அந்த இரண்டாவது வளைவில் தள்ளிக் கொல்லப் போகிறான். நிச்சயம் அவன் தப்பிக்க முடியாது.

காரைக் கொண்டு மோதியோ, நண்பர்களை வைத்தோ, கூலிப்படையை ஏவியோ பல முறை அந்த எதிரியை கற்பனையில் அவன் கொன்றிருக்கிறான். ஆனால் அதெல்லாமே ஆதாரங்களை விட்டுச் செல்லும் சாத்தியங்கள் கொண்டவை. காவல் துறை எளிதாகவே துப்புத்துலக்கிவிடும். இது போல தினசரியில் எவ்வளவு செய்திகள் வருகின்றன. ஆனால் இத்திட்டத்தில் அதற்கான வாய்ப்பு மிகமிகக் குறைவு. பரபரப்பான ஒரு வீதியில், ஒரு நகலகத்தில்,

ஒரு பழைய எந்திரத்தின் பக்கத்தில், ஒரு ரூபாய் இரண்டு ரூபாய் வாடிக்கையாளர்களுக்காக காத்திருக்கும் ஒரு பரிதாபமான இளைஞனை அவர்களால் எந்த காரணம் கொண்டும் அக்கொலையோடு தொடர்பு படுத்தவே இயலாது. மேலும் இது கொலையே அல்ல, ஒரு விபத்து, மது போதையில் சென்று அவனே விழுந்து இறந்துவிட்டான். உயிர் பிழைத்தாலும் தன்னை தள்ளிவிட்டது யார் என்று அவனால் அடையாளம் சொல்ல முடியாது. காரணம் இதோ இந்த தேனீர் கடையின் முன்னால் நிற்கும் அவனுடைய இருசக்கர வாகனத்தில் தலைக் கவசமும், தோலால் ஆன ஜெர்க்கினும் இருக்கின்றன. இவற்றை அணிந்துதான் பின் தொடரப் போகிறான்.

இது ஏதோ அசட்டுத்தனமான திட்டம் என்று நீங்கள் பரிகசிக்க வேண்டியதில்லை. இதுபோன்ற பரிகாசங்களை ஏற்கெனவே அவன் பெற்றோரிடமும், சுற்றத்தாரிடமும் கண்டுவிட்டான். பதினைந்து வயதில் அவன் வடிவமைத்த ஒரு எந்திர மாதிரியைப் பார்த்த அவன் அப்பா கூட இப்படித்தான் சிரித்தார்.

ஒரு மின்மோட்டாரும் ஜெனரேட்டரும்தான் அதன் பிரதான பாகங்கள். ஜெனரேட்டரிலிருந்து உற்பத்தியாகும் மின்சாரத்தை மின்மோட்டாருக்குக் கொண்டு செல்ல வேண்டும். மின்மோட்டாரின் இயக்கத்தை ஜெனரேட்டருக்கு ஒரு பெல்ட்டின் வழி கடத்த வேண்டும். ஆரம்ப இயக்கத்தை முடிக்கி விட ஜெனரேட்டரில் ஒரு பெரிய சக்கரம். ஹேண்டிலைக் கொண்டு அந்த சக்கரத்தை சுற்றிவிடுவதுதான் நம் வேலை. பிறகு என்ன? அது ஒரு கடிகாரம் போல தானாக இயங்கத் தொடங்கிவிடும். அந்த அற்புதத்தைப் பார்த்தபடி நாம் விலகிக்கொள்ள வேண்டியதான். யோசனை சரிதான், ஆனால் இது சாத்தியமில்லை என்கின்றனர் சிலர். ஏன் என அவர்களால் விளக்கம் சொல்ல முடியவில்லை. அவனாலும்தான். எதிர்வரும் காலத்தில் விஞ் ஞானம் இதில் உள்ள சிறு பிழையை நீக்கி, அதை சாத்தியமாக்கிவிடும் என்பதில் அவனுக்கு எந்த சந்தேகமும் இல்லை. எந்திரம் என்றாலே சிக்கலான வடிவமைப்பு என்று பழகிப் போன மனங்களுக்கு, இந்த வடிவமைப்பில் உள்ள எளிமையும், சிறிய யோசனையும் நம்பிக்கை அளிக்காமல் போனதில் ஆச்சிரியமில்லை. ஆனால் அவன் சிந்தனை இந்த எளிமையில்தான் நிலைத்திருக்கிறது.

அவன் ஒரு அசட்டு கற்பனையாளன் என்ற எண்ணத்தை முதலில் நீங்கள் கைவிட வேண்டும். ஒரு எதிர்பாராத சூழலில் யாராவது உங்களை அவமானப்படுத்தும் போது அதற்காக பின்னர் கற்பனையில் நீங்கள் அவரை பழிவாங்கியதில்லையா? உங்கள் கண்ணெதிரேயே அட்டூழியம் நிகழும் போது கையாளாகாத நிலையில் நிற்கும் நீங்கள், பிறகு கற்பனையில், ஒரு காவல் துறை அதிகாரி போலவோ, பலம்பொருந்திய சினிமா கதாநாயகனைப் போலவோ மாறி அவர்களை தண்டித்தது இல்லையா? அப்படியானால் நீங்களும் ஒரு அசட்டு கற்பனையாளர்தான்.

நியாய உணர்வும், கருணையும் கொண்டவராக உங்களை நீங்கள் கருதிக்கொள்கிறீர்கள். ஊழல்வாதிகளை, ஏமாற்றுப் பேர்வழிகளை வெறுக்கிறீர்கள். ஆனால் ஆட்சிக்கு வருவதோ ஒரு மோசடிப் பேர்வழி. நீங்கள் என்ன செய்வீர்கள்? வீட்டிலோ, அலுவலகத்திலோ, நண்பர்களிடத்திலோ உங்கள் ஆதங்கத்தை வெளிப்படுத்துவீர்கள், சமூக வலைதளங்களில் எழுதுவீர்கள், கட்சிக்காரராக இருந்தால் ஆர்ப்பாட்டம் நடத்துவீர்கள். ஆனால் நம் கதாநாயகன் அதற்குத் தீர்வு காண நினைக்கிறான். தனித்த ஒரு போராளியைப் போலவோ, தீவிரவாதியைப் போலவோ தன்னைக் கற்பனை செய்துகொள்கிறான், அதற்கான செயல் திட்டங்களை உருவாக்குகிறான், செயல்வடிவம் தர நினைக்கிறான். இப்படித்தான் முன்னாள் முதல்வர் ஒருவரை கொல்ல அவன் 'செல்லுலாய்டு கன்' திட்டத்தை வகுத்திருந்தான்.

ஏனோ அவரை அவன் வெறுத்தான். மக்களிடம் அவர் காட்டிய போலியான அன்பு, பொய்கள், கபட நாடகம், அதிகாரத்தை விழுங்க நீளும் அவருடைய அருவருப்பான நாக்கு, நீதியை பணத்தால் வெல்லும் சாதுர்யம் எல்லாமே கூட இதற்குக் காரணமாக இருக்கலாம். இனியும் அவர் மக்களை ஏமாற்றுவதை அவனால் அனுமதிக்க முடியாது. அவரை கொல்வதுதான் அவனுடைய நீதிமன்றம் வழங்கியத் தீர்ப்பு. இதை அவரால் விலைக்கு வாங்க முடியாது.

இப்போது நாம் கேட்கிறோம், 'தீவிரப் பாதுகாப்பு வளையத்துக்குள் நடமாடும் ஒருவரை கொல்வது என்ன விளையாட்டு காரியமா? ஆயுத பலம் கொண்ட குழுக்கள் கூட செயல்படுத்த முடியாத ஒரு காரியத்தை தனி ஆளாக எப்படி செய்ய முடியும்?' ஆனால் அவனுக்கு நம்பிக்கை இருக்கிறது. தன் சுடர் மிகு அறிவின் மீதும், அதன் கங்குகளில் புடம்போட்டு வடித்தெடுக்கப்பட்ட திட்டத்தின் மீதும் பெரும் நம்பிக்கை இருக்கிறது. நாம் குறிப்பிடும் அந்த பாதுகாப்பு அம்சங்கள் எதனாலும் தகர்க்க முடியாததா என்ன? நூறு சதவீதத் திறன் கொண்டதா அது? ஒரு தனிமனிதனால் திட்டமிடப்பட்டு நிகழ்த்தப்பட்ட பெரிய அளவிலான கொள்ளைகளையும், கொலைகளையும் அவனால் வரிசைப் படுத்த முடியும். அதெல்லாம் எப்படி சாத்தியப்பட்டன?

இதற்காக இரவு பகலாகப் பல நூறு திட்டங்களை அவன் யோசித்திருக்கிறான். அது தொடர்பான புத்தகங்களைத் தேடிப் படித்திருக்கிறான். அதிலிருந்து தேர்ந்தெடுக்கப்பட்ட திட்டம்தான் 'செல்லுலாய்டு கன்'. இதற்காக அவனுடைய திரைப்படத்துறை நண்பர்களின் உதவி அவனுக்குத் தேவைப்பட்டது. அதற்கென ஒரு திரைக்கதையும் அவனிடம் இருந்தது. எந்த ஒரு தயாரிப்பாளரையும் அது சட்டென நிமிர்ந்து உட்காரச் செய்துவிடும். 'முதல்வரை கொல்ல திட்டமிடும் ஒரு தீவிரவாதக் குழு அதை எப்படி சாதிக்கிறது' என்பதே அதன் ஒருவரிக் கதை. தலைநகரில், திரைப்படத்துறையினர் வசிக்கும் பகுதியில் ஒரு வீட்டை வாடகைக்கு எடுத்துத் தங்கும் அந்த தீவிரவாதிகள், முதல்வரைக்கொல்வதுபோன்ற ஒருகதையைஅமைத்து,

அது குறித்து விவாதத்தில் ஈடுபட்டிருக்கிறார்கள். திரைக்கதைக்கெனக் கூறி அரசியலில் செல்வாக்குள்ள தன் தயாரிப்பாளர் மூலம்-முதல்வரின் இல்லம், தலைமைச் செயலகம் ஆகியவற்றின் அமைப்பு, பாதுகாப்பு ஏற்பாடுகள் முதலியவற்றை அறிந்துகொள்கிறார்கள். இறுதியில் காரியத்தை வெற்றிகரமாக செய்து முடிக்கிறார்கள்.

இணை இயக்குநர்களாக உள்ள அவனுடைய நண்பர்களோடு தங்குவது, இக்கதை குறித்து விவாதிப்பது, தயாரிப்பாளர் ஒருவரைத் தேடுவது, காவல்துறைக்கு சந்தேகம் வராமல் விவரங்களை சேகரிப்பது, திட்டத்தை நிறைவேற்றுவது. இதுதான் 'செல்லுலாய்டு கன்' திட்டத்தின் மாதிரி வரைவு.

இந்தத் திட்டத்துடனும் கொஞ்சம் துணிமணிகளுடனும் ஒருநாள் மாலை தலைநகருக்குக் கிளம்பினான் அவன். பேருந்து நிலையத்துக்கும் வந்துவிட்டான். ஆனால் அங்கு ஏதோ பதற்றமான சூழ்நிலை நிலவுவதை அவன் கண்டான். வீட்டிலிருந்து பேருந்து நிலையம் வருவதற்குள் ஏதோ நடந்திருக்கிறது. என்ன என விசாரித்தபோதுதான் தெரியவந்தது, முதல்வர் மாரடைப்பு ஏற்பட்டு மருத்துவமனையில் கவலைக்கிடமாக இருப்பது.

'உன் திட்டங்கள் இப்படி அசட்டுத்தனமாக முடிந்து போகிறதே' என அவனுக்குள்ளான ஒரு அவநம்பிக்கைவாதிகூட பரிகாசம் செய்கிறான். ஆனால் ஏன் அவைக் தோல்வியைத் தழுவுகின்றன என்ற கேள்விக்கு முன் அவனுடைய மேதமை இன்னும் தோற்றுப் போய்விடவில்லை. ஏதேச்சைகளும், பாதகமான சூழ்நிலைகளும்தானே இதற்குக் காரணம்? இதனால் யாருக்கு இழப்பு? இன்று அவன் மேற்கொண்டுள்ள 'இரண்டாவது வளைவு' திட்டம் துணிச்சலானதும், ஆபத்தானதும்தான். என்றாலும் இது யாருக்காக? இந்த எதிரி அவனுடைய தனிப்பட்ட எதிரியா? இவனுக்கும் அவனுக்கும் நேரடி பகை என்ன இருக்கிறது? ஆனால் அவனுடைய நேர்மையும், கருணையும் கொண்ட மனம் சொல்லியது, இனியும் அந்த எதிரி உயிர் வாழ்வது நியாயமல்ல. அவன் சாவு பலரது வாழ்வில் நிம்மதியை கொண்டு வந்து சேர்க்கும், பலரை இரவில் உறங்கவிடும், காவல் நிலையங்களுக்கோ, நீதிமன்றத்துக்கோ அவர்கள் அலைகழிவதைத் தடுக்கும், தங்கள் நிலத்தில் அவர்களுடைய வேலையை செய்ய விடும். இனியும் அவர்கள் வாழ்வில் விஷம் கலக்க எதிரியை அனுமதிக்க முடியாது. அந்த கிராமத்திலேயே பிறந்து வளர்ந்தவனான அவனுக்கு அதன் மக்கள் மீது அக்கறை இருக்கிறது. அதன் பொருட்டு இக்கடமையை அவன் ஆற்றியே தீர வேண்டும்.

ஜமாபந்தியில் மனு கொடுக்க ஏராளமானோர் குவியும் இந்த நேரத்தில் கூட கடையைப் பூட்டிவிட்டு, கடந்த இரண்டு நாட்களாக பின்னால் அலைந்து எதிரியைக் கண்காணித்ததில் உறுதியான சில தகவல்களை அவனால் சேகரிக்க முடிந்தது. அதைக் கொண்டு மிக எளிதாக இத்திட்டத்தை வடிவமைத்திருந்தான். இதிலிருந்து தப்பிக்கும் அளவுக்கு அவனுக்கான அவகாசத்தையோ, எச்சரிக்கையையோ

வழங்கவில்லையாதலால், காட்டில் இரைத் தேடி வரும் ஒரு காடையைப் போல, இக்கண்ணியில் அவன் சிக்காமல் போக முடியாது.

எதிரி வெளியே வரும் நேரம்தான் இது. தேனீர் கடை பெஞ்சியிலிருந்து எழுந்து நின்றுகொண்டான் அவன். சற்றே பதற்றத்துடன் அவன் பார்வை மதுவிடுதியின் முன் நிறுத்தியிருந்த எதிரியின் இருசக்கர வாகனம் இருக்கிறதா என ஆராய்ந்தது. அது இன்னும் அங்கேயேதான் நின்றிருந்தது. அதே போல எதிரியும் வெளியே வருவது தெரிந்தது. அவனுடன் கூடவே இரண்டு பேர் வெளியே வந்தனர். ஆனால் அவர்கள் அவனுடைய கிராமத்தைச் சேர்ந்தவர்கள் இல்லை. அவன் தன் இருசக்கர வாகனத்தில் தனியாகச் சென்றால் மட்டுமே இத்திட்டத்தை செயல்படுத்த முடியும் என்பதால் இவன் அவநம்பிக்கையுடன் பார்த்துக்கொண்டிருந்தான். இந்த பின்னடைவு அவனுக்கு சற்று ஆசுவாசத்தைக் கொடுத்தது போலத் தோன்றியதால் ஒரு குற்ற உணர்வுக்கு ஆட்பட்டான். ஆனாலோ நோக்கத்தின் முக்கியத்துவம் கருதி அதிலிருந்து சுதாகரித்துக்கொண்டுவிட்டான்.

எதிரியுடன் வந்த இருவரும் அவனிடம் விடைபெற்றுக் கொண்டு வேறொரு இருசக்கர வாகனத்தில் ஏறி எதிர் திசையில் கிளம்பிப் போனார்கள். பிறகு அவன் மட்டும் தனியாகப் புறப்பட்டான்.

சற்றும் தாமதிக்காமல் இவனும் வண்டியின் பெட்டியிலிருந்த ஜெர்க்கினை எடுத்து மாட்டிக்கொண்டு தலைக்கவசத்தை அணிந்து வண்டியைக் கிளப்பினான். சாலையைக் கடந்து தொலைவில் சென்று கொண்டிருந்த அவனைப் பார்த்துக்கொண்டே பின் தொடர்ந்தான்.

கடைவீதியை கடக்கும் போது அவன் தன் வண்டியை நிறுத்தியதால் சற்றுத் தொலைவில் இவனும் நிறுத்த வேண்டியிருந்தது. அவன் தன் வண்டியை விட்டு இறங்கி திறந்திருந்த ஒரு காய்கறிக்கடையில் ஏதோ பதார்த்தங்களை வாங்கினான். அவன் கடைக்காரனிடம் சகஜமாகப் பேசிக்கொண்டும் சிரித்துக்கொண்டும் இருந்த காட்சி இவனை சஞ்சலப் படுத்தவே செய்தது. இதனால் ஒன்றும் அவன் நல்லவனாகிவிடவோ, அவன் செய்த அட்டூழியங்களுக்கான தண்டனையை ஏற்காமல் போய்விடவோ முடியுமா என்ன?

கடைகாரன் பாலிதீன் பையில் போட்டுக் கொடுத்த பதார்த்தங்களை வாங்கிக்கொண்டு வந்த அவன், அதைப் பெட்டியில் போட்டுக்கொண்டு வண்டியைக் கிளப்பினான். அவன் இன்னும் இவனை கவனிக்கவில்லை என்பது பதற்றத்தை சற்று குறைப்பதாகவே இருந்தது.

முன்பு போலவே அதே இடைவெளியில் அவனைப் பின்தொடர்ந்து சென்றான். நகரத்தைத் தாண்டி, பாலத்தைக் கடந்து எதிரியின் இருசக்கர வாகனம் எந்தத் தொய்வும் இல்லாமல் போய்க்கொண்டிருந்தது. அங்கிருந்து ஒரு கிலோ மீட்டர் தொலைவில்தான் அந்த ஏரி தொடங்குகிறது. அது வரை இதே இடைவெளியில் செல்வது என்றும், ஏரிப் பகுதி வந்ததும் அவனை நெருங்குவது என்றும் முடிவு செய்து

கொண்டான்.

எதிரி குடித்திருந்தும் நிதானமாக இருந்ததுதான் இவனுக்கு சற்று அவநம்பிக்கையையும், ஏன் எரிச்சலையும் கூட உண்டுபண்ணியது. கடந்த இரண்டு நாட்களாக அவனை கவனித்தபோதுகூட அவன் இப்படித்தான் இருந்தான்.

இடம் நெருங்க நெருங்க இவனுடைய பதற்றம் அதிகப்படவே செய்தது. தன் அசட்டுத் துணிச்சல் மேல் அதிருப்தியேகூட ஏற்பட்டது. அதனால் வேகம் மட்டுப்படும்போது பின்தங்குதலும் பிறகு சுதாகரிக்கும் போது வேகமெடுத்தலும் தொடர்ந்து நிகழ்ந்து கொண்டிருந்தது. இந்த மனநிலையோடே அந்த இடத்தை நெருங்கிக்கொண்டிருந்தான். ஆமாம் இப்போது ஏரிப் பகுதிக்குள் எதிரி நுழைந்துவிட்டான். இனி அவனை நெருங்கிச் செல்ல வேண்டும். அது சற்றே நீண்ட ஏரி. தாச்சாலை ஏறிச்சென்ற அதன் கரை மட்டும் ஒரு பர்லாங்கு தொலைவிருக்கும்.

முதல் வளைவு அவ்வளவு உயரமானதல்ல. அதைத்தான் எதிரி இப்போது கடந்துகொண்டிருந்தான். பத்தடி தொலைவில் இவன் பின்தொடர்ந்தான். இரண்டாவது வளைவுதான் இவன் இலக்கு. அதை நிகழ்த்துவதற்காக அவன் மனம் வேக வேகமாக ஒத்திகைப் பார்த்துக்கொண்டிருந்தது. இப்போது இன்னும் நெருங்கிச் சென்றான். வளைவு வருவதற்குள் அவனை ஒட்டிச் சென்றாக வேண்டும். கால் எட்டும் தொலைவுக்குப் போனால்தான் அவனைத் தள்ளிவிட முடியும். இவனும் பக்கத்தில் சென்றுவிட்டான். இதோ எதிரியின் வாகன விளக்கு வெளிச்சத்தில் வளைவு தெரிகிறது. அங்கே என்ன வெள்ளை நிறத்தில்? தடுப்புச் சுவரா? சட்டென்று இவன் அவனிலிருந்து இயல்பான தொலைவில் விலகி நகர்ந்து முன்னால் வேகமாகச் சென்றான். மூன்றாவது வளைவையும் கடந்து போனான். அங்கும் தடுப்புச் சுவர் எதிர்பட்டது. இவற்றை எப்போது கட்டினார்கள்? கிராமத்துக்குச் சென்று ஒரு மாதம் ஆகியிருக்கும். அப்போது இச்சுவர் இல்லையே. இருந்திருந்தால் அவன் கண்ணில் படாமலா போயிருக்கும்?

திட்டம் தோல்வியடைந்துவிட்டது. ஆனால் மனம் ஏதோ நிம்மதி கண்டது போல உணர்ந்தான். வேகத்தைக் குறைத்து அவனைப் போகவிட்டு பின்தங்கினான். இனி திரும்ப வேண்டியதுதான். வண்டியைத்திருப்பிக்கொண்டு மூன்றாவது வளைவைக்கடக்கும்போது யோசித்தான், இறங்கி சற்று நேரம் அந்த சுவர் மீது உட்கார்ந்துவிட்டுப் போகலாமா என்று. ஆனால் பதற்றம் தணிந்துவந்த மனமோ 'முதலில் இங்கிருந்து போ' என்று விரட்டியது. வீட்டுக்கும் போகாமல் அவன் திரும்பவும் பேருந்து நிலையத்துக்கே வந்தான்.

தேனீர் விடுதிக்கு எதிரே காத்திருந்த கூட்டம் இப்போது பாதியாகக் குறைந்திருந்தது. ஆனால் அந்த இளம்பெண்ணும் அந்த ஆளும் இன்னும் போகாமல் வேறு இடம் மாற்றி நின்றிருந்தார்கள். அந்த சொகுசுப் பேருந்து இன்னும் வரவில்லை போல.

வண்டியை தேனீர் கடை முன் நிறுத்தினான். தலைக்கவசத்தை கழற்றி பெட்ரோல் டேங்கின் மேல் மாட்டிவிட்டு பெஞ்சில் போய் உட்கார்ந்தான். ஏதாவது குளிர்பானம் குடித்தால் ஆசுவாசமாக இருக்கும் போல தோன்றியது. ஒன்றைக் கேட்டு வாங்கி அருந்தத் தொடங்கினான். தொண்டையில் இறங்கிய அதன் குளிர்ச்சியும் சுவையும் அவனை நல்ல உணர்வு நிலைக்குத் திருப்பிக்கொண்டிருந்தது.

அப்போது அந்த இளம்பெண்ணுடன் இருந்த ஆள் இவனை நோக்கி சினேக பாவத்துடனும் சங்கடத்துடனும் சிரித்துக்கொண்டே வந்து பக்கத்தில் உட்கார்ந்தான்.

இவன் கேட்டான், ''சர்மா இன்னும் வர்லயா சார்?''

அவன் ரகசிய குரலில் சொன்னான், ''ஆமாம் சார். அதான் நீங்க வர்றிங்களான்னு பாப்பா கேட்கச் சொல்லிச்சி.''

கண்ணாடி

பிரபல தமிழ் நாளிதழ் ஒன்றின் தலைமை உதவி ஆசிரியரும், சினிமா ஆர்வலருமான ஜி.கே.எம். என்று அழைக்கப்படும் கவுண்டனூர் கே.மூர்த்தி (55), முகம் பார்க்கும் கண்ணாடி ஒன்றை இன்று காலை உடைத்துவிட்டார். ஆனால் அவரோ இதை மறுக்கிறார். அதை அவர் உடைக்கவில்லை என்றும், கண்ணாடியே தானாகக் கீழே விழுந்து உடைந்துவிட்டதாகவும் சொல்கிறார்.

வீட்டில் யாரும் இல்லாத போது இந்தச் சம்பவம் நடந்துள்ளதால் உறுதியாக எதையும் சொல்ல முடியவில்லை. அவர் பத்திரிகையாளர் என்றாலும் இந்தச் சின்ன விஷயத்தில் பொய் சொல்லமாட்டார் என்றே நம்பப்படுகிறது.

சென்னை கோயம்பேட்டை அடுத்த நெற்குன்றம் பகுதியைச் சேர்ந்தவர் ஜெகன். இவரது மனைவி சுதா. இவர்களது உறவினர்தான் மூர்த்தி. இவருக்கு உடல் நலம் பாதிக்கப்பட்டதால் சம்பளமற்ற விடுப்பில் - பரோலில் அல்ல - வெளியே வந்து, இங்குத் தங்கி கடந்த சில நாள்களாகச் சிகிச்சைப் பெற்று வருகிறார். அப்போதுதான் இந்த சம்பவம் நிகழ்ந்துள்ளது.

இந்தச் சம்பவத்தால் அதிகம் பாதிக்கப்பட்டவர் போல காணப்பட்ட அவர் நம் செய்தியாளரிடம் கூறியது: "கண்ணாடி கீழே விழுந்து நொறுங்கியதும் நான் கால்களை அசைக்காமல் அதே நிலையில் அமர்ந்திருந்தேன். கண்ணாடிச் சில்லுகள் பாதங்களை பதம் பார்த்துவிடும் என்பதால் மட்டுமல்ல, கண்ணாடி விழுந்த விதம் என்னை வியப்பிலும் அதிர்ச்சியிலும் ஆழ்த்தியிருந்தது. என் கண்ணெதிரிலேயே மாடியிலிருந்து விழுந்து ஒருவன் தற்கொலை செய்து கொண்டது போல அது இருந்தது. அதன் சட்டகம் கூட அப்படித்தான் கவிழ்ந்திருந்தது. அதைச் சுற்றி ரத்தம் தெறித்துக்

கிடந்தது போல ரசம் பூசப்பட்ட கண்ணாடிகள் சிதறி இருந்தன. தகரத்தால் ஆன அந்தச் சட்டகத்தை எடுத்துப் பார்த்தேன். அதில் இரண்டு சில்லுகள் மட்டும் ஒட்டிக்கொண்டிருந்தன. சட்டகத்தை தரையில் தட்டி அவற்றையும் உதிர்த்துவிட்டு சுவரில் சாய்த்து வைத்தேன். பாதத்தை அசைக்காமல் எழுந்து நின்று நாற்காலியை பின் பக்கமாக இழுத்துப் போட்டு உட்கார்ந்துகொண்டேன். வெறுமையுடன் இருந்தச் சட்டகத்தையும், சிதறிக்கிடந்த கண்ணாடிச் சில்லுகளையும் பார்த்துக்கொண்டு சங்கடமான மனநிலையில் நான் அமர்ந்திருந்தேன். இந்தச் சம்பவம் என்னுடைய சிறு வயதில் நடந்த ஒரு சம்பவத்தை ஞாபகப்படுத்திவிட்டது'' என்றார். அந்தச் சம்பவத்தை பின் வருமாறும் அவர் விவரித்தார்.

''சுமார் 45 ஆண்டுகளுக்கு முன்னால் நடந்த சம்பவம் அது. அப்போது எனக்கு பதினோரு வயது. ஆறாம் வகுப்பு பரிட்சை எழுதிவிட்டு கோடை விடுமுறையைக் கழிக்க சென்னைக்கு அருகே உள்ள பெரியபாளையத்துக்கு வந்திருந்தேன். என் தாய் மாமா வீட்டில் தங்கியிருந்தேன். என் நச்சரிப்பு தாங்காமல் அம்மாதான் கொண்டு வந்து விட்டுப் போயிருந்தார்கள். ஒவ்வொரு கோடை விடுமுறைக்கும் நான் மாமா வீட்டுக்கு வருவது வழக்கம்தான். கிராமத்திலேயே, அதுவும் நிலத்தில் தனித்திருந்த வீட்டில் பிறந்து வளர்ந்தவன் என்பதால் இந்த ஊர் எனக்கு ஆச்சரியங்களை அளித்தது. அதுவும் இல்லாமல் இங்கு உடன் விளையாடுவதற்கு நிறைய சிறுவர்கள் இருந்தார்கள். அவர்களுடைய பழக்கவழக்கங்களும், விளையாட்டுகளும், அவர்கள் சேகரித்து வைத்திருந்த பொருள்களும் வினோதமாக இருந்தன.

அதே தெருவைச் சேர்ந்த சிறுவன் ஒருவன் ஒரு சின்ன சினிமா புரஜெக்டரையும், நிறைய படச்சுருள்களையும் வைத்திருந்தான். அவனுடைய அப்பாவும் அம்மாவும் வேலைக்குப் போன பிறகு அவர்கள் ஆசிரியர்களாக இருந்தார்கள் - அவன் வீட்டு சுவரில் படம் காண்பிப்பான். கையில் இயக்கும் அந்த புரஜெக்டரில் ஒரு மின் விளக்கு இருக்கும். அன்று மின்சாரம் தடை பட்டிருந்ததால் வெளிச்சத்துக்கு சூரிய ஒளியை பயன்படுத்த முடிவு செய்தோம். வெளியே பொழியும் சூரிய ஒளியை திசைத் திருப்பி ஜன்னல் வழியாக உள்ளே அனுப்ப வேண்டும். அதற்கு முகம் பார்க்கும் கண்ணாடி ஒன்று தேவைப்பட்டது. அது போல் கையில் எடுக்கும் விதமாக சிறு கண்ணாடி எதுவும் அவன் வீட்டில் இல்லை. என்னைக் கொண்டுவரச் சொன்னான். நானும் மாமாவின் மனைவியிடம் கெஞ்சிக் கேட்டு வாங்கிக் கொண்டு போனேன். அந்தப் பையனின் உத்தரவுப்படி, ஜன்னலுக்கு வெளியே இருந்து உகந்த கோணத்தில் கண்ணாடியைத் திருப்பிக்கொண்டிருந்தேன். அப்போது அது என் கையிலிருந்து கீழே விழுந்து நொறுங்கியது.

இந்தச் சம்பவம் மாமா வீட்டில் பெரிய பிரளயத்தையே உண்டு பண்ணிவிட்டது. மாமாவின் மனைவி கொதித்தெழுந்துவிட்டாள். என் மீதான வெறுப்பையெல்லாம் கொட்டித் தீர்த்துவிட்டாள். நான் வந்து அங்கே தங்குயிருப்பது அவளுக்குப் பிடிக்கவில்லை என்பதை

உணர்த்தும் விதமாக அது இருந்தது. மாமா அலுவலகத்திலிருந்து வந்ததும் இந்த பெரிய அநியாயத்தை அவரிடம் முறையிட்டாள். அவளைப் பற்றி தெரியுமென்பதால் அவர் இதைப் பெரிதுபடுத்தவில்லை. ஆனால் அந்த ஞாயிற்றுக்கிழமையே என்னை கிராமத்தில் கொண்டுபோய் விட்டுவிட்டார். இந்தச் சம்பவத்தை அம்மாவிடம் சொன்னதும், பகை முற்றி அம்மாவுக்கும் அந்தப் பெண்மணிக்கும் பேச்சுவார்த்தையே முறிந்து போனது. மாமாதான் வீட்டுக்கு வந்து போய்க்கொண்டிருந்தார். மாமா இப்போது உயிருடன் இல்லை. சங்கடம் என்னவென்றால் இப்போது நான் தங்கியிருப்பது அந்த மாமா மகன் ஜெகனுடைய வீடு.''

மேலும் அவர் சொன்னார், ''ஜெகனும் அவனுடைய மனைவியும் இப்போது அலுவலகம் போயிருக்கிறார்கள். அவர்கள் இருக்கும் போது உடைந்திருந்தால் கூட இவ்வளவு சங்கடம் ஏற்பட்டிருக்காது. அவர்கள் வந்ததும் இதைச் சொல்லாமல் இருக்க முடியாது. என்ன நடந்தது என்பதை அவர்களுக்கு விளக்க வேண்டும். அவர்களுக்கு என் மீது பிரியம் உண்டு. இந்தச் சின்னக் கண்ணாடி உடைந்ததற்காக அவர்கள் வருந்தப்போவதில்லை. வயதான ஒருவன், அதுவும் நோய்மையுற்ற நிலையில் தன் தவறுக்காக விளக்கம் அளிப்பது அவர்களுக்கு என் மீது அனுதாபத்தையே ஏற்படுத்தும். அதுவும் ஜெகனின் மனைவி ரொம்ப வருத்தப்படுவாள். காரணம் இரண்டு நாள்களுக்கு முன்புதான் இது போன்ற வேறொரு சம்பவம் நிகழ்ந்தது'' என்றார் அவர்.

''வழக்கமாக ஜெகன்தான் என்னை மருத்துவமனைக்குக் அழைத்துச் செல்வான். அன்று அவன் அலுவலகத்திலிருந்து வர தாமதமானதால் அவன் மனைவி என்னை அவளது இருசக்கர வாகனத்தில் அழைத்துச் சென்றாள். மருத்துவரை பார்ப்பதற்கு முன்னால் ரத்த அழுத்தமும் எடையும் பரிசோதிக்க வேண்டும். ரத்த அழுத்தச் சோதனை முடிந்ததும் எடை எந்திரத்தைக் காண்பித்தாள் செவிலி. பகட்டான அந்த நவீன மருத்துவமனைக்கு ஏற்ற நவீன எடை எந்திரமாக அது காணப்பட்டது. அதில் எடையைக் காட்டுவதற்கு முள்ளுக்கு பதில் எண்கள் ஒளிர்ந்தன. அதில் எப்படி நிற்பதென்று எனக்குத் தெரியவில்லை. அதனால் நான் தயங்கினேன். இதற்கு முன் யாராவது அதில் எடை பரிசோதிக்கும் போது கவனித்திருக்க வேண்டும். ஆனால் நான் கவனிக்கத் தவறிவிட்டேன். 'ஏறி நில்லுங்கள், ஒன்றும் ஆகாது' என்று தைரியம் சொன்னாள் செவிலி. ஒரு பாதத்தை எடுத்து அதன் மேல் வைத்தேன். இன்னொரு பாதத்தை எடுத்து வைக்கும் போது அது ஒரு பக்கமாக மேலெழுந்தது. நான் அச்சத்துடன் பின்வாங்கி, வைத்திருந்த பாதத்தையும் அதிலிருந்து எடுத்துவிட்டேன். அப்போது 'டப்'பென்று ஒரு சத்தம். அந்த எடை எந்திரம் சிறு சிறு துண்டுகளாக உடைந்து நொறுங்கி விட்டது. நான் செய்வதறியாது கொஞ்சம் நேரம் திகைத்து நின்றுவிட்டேன். எனக்கு முன் எவ்வளவோ பேர் அதில் எடையைப் பரிசோதித்திருப்பார்கள், அதில் ஸ்தூல சரீரிகளும் இருந்திருப்பார்கள். அப்போதெல்லாம் உடையாத அந்த எந்திரம் - சுமார் 60 கிலோ எடை மட்டுமே உள்ள - நான் ஏறி நிற்கும் போது - நிற்கக்கூட இல்லை - ஏன் உடைந்தது? ராமனின்

பாதங்களுக்காக காத்திருந்த அகல்யைப் போல அது சாபவிமோசனம் பெற்றுவிட்டதாயென்ன? ஏதோ துடுக்குத் -தனம் செய்துவிட்டு மாட்டிக்கொண்ட ஒரு சிறுவன் போல நான் நின்றிருந்தேன். மருத்துவ கட்டணத்துடன் அன்று எண்ணூறு ரூபாய் கூடுதலாக அழ வேண்டி-யிருந்தது'' என்றார் மூர்த்தி.

சிந்தனை வயப்பட்டவராகச் சிறிது நேரம் கண்களை மூடியிருந்து விட்டுப் பிறகுக் கேட்டார், ''கண்ணாடிக்கும் எனக்கும் அப்படி என்னதான் பகை?'' அவரே பதிலும் சொன்னார், ''ஏதோ இருக்கிறது. இல்லையென்றால் தொடர்ச்சியாக இப்படி சம்பவங்கள் நடக்காது. இப்போது மட்டுமல்ல சில மாதங்களுக்கு முன்பு கூட நடந்திருக்கிறது.''

மேலும் இரண்டு சம்பவங்களை அவர் சொன்னார். அவையும் கேட்கச் சற்று வினோதமாகத்தான் இருந்தன.

அவர் சொன்னார், ''ஆரணி பேருந்து நிலையத்தில் நான் திருவண்ணாமலை செல்லும் அரசுப் பேருந்துக்காக காத்திருந்தேன். அது கோடைகாலத்தின் ஒரு மதிய நேரம். வரவேண்டிய நேரத்தைக் கடந்தும் பேருந்து வரவில்லை. வருமா என்பதும் தெரியவில்லை. அதனால் சோர்வடைந்த நான், அப்போது புறப்பட்டுக்கொண்டிருந்த, போளூர் வரை செல்லும் ஒரு தனியார் பேருந்தில் ஏறி, பின் இருக்கையில் இடம்பிடித்து உட்கார்ந்தேன். உடனே பயணச்சீட்டை கிழித்துக் கொடுத்து என் வருகையை உறுதி செய்துகொண்டான் அதன் நடத்துனன். இருந்தும் என்னுடைய கவனமெல்லாம் அந்த அரசுப் பேருந்தின் மீதே இருந்தது. நான் பின்னால் திரும்பித் திரும்பிப் பார்த்துக் கொண்டிருந்தேன். போளூர் போனால் திருவண்ணாமலை செல்லும் எந்தப் பேருந்திலும் உட்காருவதற்கு இடம்கிடைக்காது என்பது உறுதி. அன்று ஏனோ அவ்வளவு கூட்டம். பேருந்தில் ஏறி நேர்த்திக் கடன் செலுத்த வந்தவர்கள் போல எல்லோரும் கிளம்பி வந்திருந்தார்கள். பேருந்துப் புறப்பட்டு, மெல்ல நகர்ந்தது; நிலையத்தை விட்டு யோசனையுடன் வெளியே வந்தது. அப்போது கடைசியாக ஒருமுறை பின்னால் திரும்பிப் பார்த்த போது அந்த அரசுப் பேருந்து வருவது தெரிந்தது. என் மனம் துணுக்குற்றது. அதே நேரம், வெடிச் சத்தம் போல ஒன்று கேட்டது. நான் பார்த்துக்கொண்டிருக்கையிலேயே அந்த அரசுப் பேருந்தின் முன்பக்கக் கண்ணாடி சிலந்தி வலை போல விரிசலுற்று உடைந்து நொறுங்கியது'' என்றார் அவர். அந்தச் சம்பவத்தால் ஏற்பட்ட வியப்பு இன்னும் அவரிடம் அடங்கியிருக்கவில்லை என்பது அவரது முகத்தில் தெரிந்தது.

சிறு அமைதிக்குப் பிறகு அடுத்த சம்பவத்தையும் அவர் சொன்னார், ''விடுப்பில் வருவதற்கு ஒரு மாதத்துக்கு முன்புதான் அது நடந்தது. எங்கள் பத்திரிகை அலுவலகம் மூன்றாவது மாடியில் இருந்தது. அந்த கட்டடத்தின் முதல் மாடியில் ஒரு தனியார் வங்கி இயங்கி வருகிறது. அதன் நுழை வாயிலுக்கும், மேலே செல்லும் படிக்கும் மத்தியில், அந்த வங்கியின் ஏடிஎம் மையம் இருந்தது. வங்கிக்கும் அதற்கும்

தனித்தனி காவலாளிகள். மாலையில் நான் அலுவலகம் செல்ல படி ஏறும் போது ஏடிஎம் மையக் காவலாளி வணக்கம் சொல்வான். அந்த நகரத்தில் அவ்வப்போது ஜாதிக் காலவரம் நடக்கும். குறிப்பாக எங்கள் அலுவலகம் இயங்கி வந்தப் பகுதியில்தான் அது தீவிரம் கொள்ளும். அதனால் அப்பகுதி எப்போதும் அரசாங்கத்தால் அறிவிக்கப்படாத பதற்றமானப் பகுதியாக இருந்தது. அப்படி கலவரம் நடந்த ஒரு நாள் இரவு, எங்கிருந்தோ பறந்து வந்த ஒரு கல் அந்த ஏடிஎம் மையத்தின் கண்ணாடியை கச்சிதமாக உடைத்து நொறுக்கியது. இதனால் அந்த காவலாளி வருத்தத்தில் இருந்தான். ஒரு நாள் என்னிடம் குறைபட்டுக்கொண்டான், ''எந்த நாதேரின்னுத் தெரியல கண்ணாடிய ஒடைச்சிடுச்சி. ஒடைஞ்சி பத்து நாளு ஆவப்போவது இன்னும் கண்ணாடி போட்டுக்குடுக்க மாட்டேன்றாங்க'' என்றான். அதற்குப் பிறகு ஒரு நாள் பார்த்தபோது ஆட்கள் இரண்டு பேர் அதற்குப் புதுக் கண்ணாடியை பொறுத்திக் கொண்டிருந்தார்கள். எனக்கு வணக்கம் சொன்ன காவலாளியின் முகத்தில் சந்தோஷம். அதற்கு மறுநாள் இரவு அது. பணி முடிந்து வீட்டுக்கு செல்வதற்காக படி இறங்கி வந்தேன். அப்போது பணம் எடுக்கும் யோசனை வந்தது. ஏடிஎம் மையத்தின் கதவைத் திறந்து கொண்டு உள்ளே போனேன். அந்தக் காவலாளி உள்ளே ஒரு நாற்காலியில் உட்கார்ந்திருந்தான். என்னைப் பார்த்ததும் ''வெளிய ஊருப்பட்ட கொசு சார்'' என்றான். அப்போதுதான் விளங்கியது கண்ணாடிக்காக அவன் ஏங்கியதன் ரகசியம். நான் பணம் எடுத்துக்கொண்டு திரும்பினேன். கதவை இழுத்துத் திறந்த போது ஒரு சத்தம். கண்ணாடி நொறுங்கி கீழே கொட்டியது. எதன் மீதும் மோத வாய்ப்பில்லை. ஆனால் அப்படி நடந்தது. நான் திகைத்து நின்றுவிட்டேன். காவலாளி உடைந்த கண்ணாடியையும் என்னையும் பரிதாபத்துடன் பார்த்துக்கொண்டிருந்தான். மறுநாள் அதற்காக மூவாயிரத்து ஐநூறு ரூபாயை தண்டமாக கொடுத்தேன்'' என்றார்.

சற்று யோசனையுடன் காணப்பட்ட அவர் சொன்னார், ''இந்த கண்ணாடிகளைப் பார்த்தாலே இப்போது அச்சம்தட்டுகிறது. அதற்கும் எனக்கும் ஏதோ உறவிருப்பது போலத் தோன்றத் தொடங்கிவிட்டது. அது பகை உறவா, நல்லுறவாத் தெரியவில்லை. 'டின் ட்ரம்' படத்தில் வரும் சிறுவனைப் போல என்னை உணரத் தொடங்கிவிட்டேன். உடல் வளர்ச்சி தடைபட்டுள்ள சிறுவன் அவன். புறக்கணிப்பையும், துரோகத்தின் வலியையும் சுமந்த அவன் எப்போதும் தன்னுடன் ஒரு டின் ட்ரம்மை வைத்திருக்கிறான். அவனுடைய ஒரே சந்தோஷம் அதை இசைப்பதுதான். அதை யாராவது அவனிடமிருந்து பிடுங்கும் போது அவனுக்கு ஆத்திரம் வரும். ஆவேசத்தில் அவன் வீரிடும்போது அவன் பார்வையில் படும் கண்ணாடிகள் எல்லாம் உடைந்து நொறுங்கும்... 'ரன் லோலா ரன்' படத்தில் கூட இது போன்ற சம்பவம் ஒன்று வருகிறது...''

ஏதோ சித்தம் கலங்கியவர் போல அவர் காணப்பட்டார். பேச்சு கூட அப்படித்தான் இருந்தது. அவர் கேட்டார், ''மனிதர்களின் ஆன்மாக்களுக்கும் கண்ணாடிகளின் ஆன்மாக்களுக்கும் ஏதாவது

தொடர்பிருக்கிறதா? நாம்தான் அதை உணரத் தவறி விட்டோமா?''

''சமீப காலமாக என் கனவுகளில் கூட கண்ணாடிகள் வருகின்றன. கண்ணாடியால் ஆன வீடு, கண்ணாடியால் ஆன அலுவலகம், கண்ணாடி பொம்மைகளாலும் பாட்டில்களாலும் நிறைந்த படுக்கையறைகள், கண்ணாடிச் சிதிலங்கள் குவித்து வைக்கப்பட்டிருக்கும் தெருக்கள், பனியாக உறைந்த நீர் நிலைகள், விரைத்த நிலையிலான மனித உடல்கள்... செய்தியாளர்களாகிய நாம் நடந்த சம்பவங்களை எழுது கிறோம், ஏன் நடக்காத சம்பவங்களையும் கூட எழுதுகிறோம். ஆனால் கனவுகளை எழுதுவதில்லை. அதற்கான மொழி நம்மிடம் இல்லை...''

நம்பிக்கை வற்றிய ஏளனப் புன்னகை ஒன்று அவரிடம் வெளிப்பட்டது. அவர் கேட்டார், ''இன்று காலையில் நடந்த சம்பவம், அதை நீங்கள் நம்பவில்லை இல்லையா? என்னுடைய தவறால்தான் அது உடைந்திருக்க வேண்டும் என நீங்கள் நினைக்கிறீர்கள். அப்படி-யில்லை, என் தவறு எதுவுமில்லை. ஜெகன் இன்று மாலை என்னை வேறு ஒரு மருத்தவரிடம் அழைத்துச் செல்வதாகச் சொல்லி-யிருந்தான். ஒரு வாரமாகச் சவரம் செய்யாததால் நரை தாடி அதிகம் வளர்ந்துவிட்டிருந்தது. முகத்தைப் பார்க்கவே சகிக்க முடியவில்லை. அது இன்னும் என்னை பரிதாபமான ஒரு நோயாளியாகக் காண்பித்தது. கணவன் மனைவி இருவரும் அலுவலகம் போன பிறகு சவரம் செய்துகொள்வதற்கான ஏற்பாடுகளைச் செய்தேன். வரவேற்பறையில் கைகழுவும் தொட்டிக்கு மேல் இருந்த கண்ணாடி அதற்கு உகந்ததாக இல்லை. ஜன்னல் வெளிச்சம் அதில் பிரதிபலித்ததால் முகம் சரியாகத் தெரியவில்லை. மேலும் அங்கு நின்றபடிதான் சவரம் செய்துகொள்ள முடியும். என்னால் அது இயலாது. அதனால் சின்னக் கண்ணாடி ஒன்றை அலமாரியிலிருந்து எடுத்து வந்து ஜன்னலில் மாட்ட முயன்றேன். அது நிற்கவில்லை. ஒரு ஒயரை தேடி எடுத்து வந்து கண்ணாடியை ஜன்னல் கம்பியில் கட்டினேன். பிறகு பிளாஸ்டிக் நாற்காலி ஒன்றை கொண்டு வந்து ஜன்னலுக்கு எதிரே போட்டு உட்கார்ந்தேன். முகம் கண்ணாடியில் கச்சிதமாகத் தெரிந்தது. ஒரு மக்கில் தண்ணீரைக் கொண்டு வந்து வைத்துக் கொண்டு ரெடிமேட் ரேஷரால் சவரம் செய்யத் தொடங்கினேன். அந்த நிலை சௌகரியமாக இருந்தது. முகம் நரை நீங்கி பொலிவு பெற்றது. எல்லாம் முடியும் தருவாயில்தான் அது நடந்தது, கண்ணாடி மெல்ல இறங்கத் தொடங்கியது. நான் பார்த்துக் கொண்டிருக்கவே இறுகக் கட்டிய அந்த ஒயரை அவிழ்த்துக்கொண்டு கண்ணாடி கீழே விழுந்தது; பல சில்லுகளாக உடைந்து நொறுங்கியது. நான் அதைத் தடுக்கவோ, கைகளை நீட்டி ஏந்திக்கொள்ளவோ செய்யாமல் உறைந்த நிலையில் அமர்ந்திருந்தேன். அது ஒரு குழந்தையின் விளையாட்டுப் போல இருந்தது. விழும் போது அதில் ஒரு சிரிப்புத் தோன்றி மறைந்ததையும் நான் பார்த்தேன்'' என்றார் அவர்.

நீலா

அந்த மாநகரத்தில் புதிதாக உருவாகியிருந்த மையப் பேருந்து நிலையத்தில் அவன் உட்கார்ந்திருந்தான். இப்போதேப் பேருந்தைப் பிடித்தால் பிற்பகலிலேயே வீடு போய் சேர்ந்துவிடலாம். போய் என்ன செய்வது? இக்கேள்விதான் அவனை இங்கேயே உட்கார வைத்திருந்தது. இந்தப் பேருந்து நிலையம் அவனுக்குச் சௌகரியமான ஒரு உணர்வையேத் தந்தது. வட்ட வடிவில் பிரமாண்டக் கட்டமைப்பு கொண்டது அது. அதன் முழுமையைக் காண வெகு தூரம் நடக்க வேண்டும். அவ்வப்போது கேட்ட அறிவிப்புகளையும், பேருந்துகளின் இரைச்சலையும், நடத்துனர்களின் விசில் சப்தங்களையும் தவிர்த்துவிட்டுப் பார்த்தால் ஒரு அமைதி அங்கே படர்ந்திருந்தது. அவ்வப்போது குளிர்ந்த காற்றும் வீசியது. நான்கு வரிசை கொண்ட இருக்கைகளில் கடைசி வரிசையில் அவன் அமர்ந்திருந்தான். குறைவான ஆட்களே அங்கே காணப்பட்டனர். உட்கார்வதும் எழுந்து போவதுமாக அவர்கள் இருந்தனர்.

அவன் கண்களை மூடிக்கொண்டான். அந்நிலை இதமாக இருந்தது. தன்னுள் அமைதி கூடிய ஒரு இருக்கையைத் தேடி அவன் மனம் அலைந்தது. அவன் உடலில் தோன்றிய வலியும், இயலாமையும் அதை அரிக்கத் தொடங்கி மாதங்கள் பல ஆகிவிட்டன. அவன் சிந்தனையின் தீவிர கதியை, உயிரோட்டத்தை, பாய்ச்சலை, ஒளிச்சிதறலை உடலின் வலி உறிஞ்சிவிடும் என்றால் அவனில் எஞ்சப் போவது என்ன? நீர் வற்றுவது போல மனமும் காய்ந்து சருகாகப் போகப்போகிறதா என்ன? அந்த கடைசி நாட்களுக்காகவா, கடைசிக் கனங்களுக்காகவா, அந்த கடைசிச் சொட்டு ஈரம் காய்வதற்காகவா அவன் காத்திருக்கிறான்? என்ன சிந்தனை இது? என்ன ஆகிவிட்டது உனக்கு? எங்குத் தொடங்கியது

இதெல்லாம்? எங்கு முடியும்? உன் தொடக்கத்தை நிர்ணயிக்க முடியாத உன்னால் உன் முடிவையும்—நிர்ணயிக்க முடியாதோ? உடலை கொடுத்ததுவே நோயையும் வலியையும் கொடுத்ததா? நோய்தான் உடல் அழிவின் தொடக்கமா? மரணத்தின் வாசலா?

என்ன சிந்தனை இது? ஏன் இப்போது முடிவைப் பற்றிய யோசனை? மரணத்தைப் பற்றியத் தத்துவ விசாரம்?

தூக்கத்திலிருந்து விழிப்பது போல அவன் கண் திறந்துப் பார்த்தான். வெளி உலகின் சப்தங்களும், வெளிச்சமும் அந்த கனத்துக்காகவே காத்திருந்தது போல மீண்டும் அவனுக்குள் புகத் தொடங்கின.

இந்த உணர்வு நிலையிலிருந்து விடுபட அவன் விரும்பினான். ஏதாவது அருந்தினால் ஆகும் எனத் தோன்றவே மெல்ல எழுந்து நின்று பின்னால் திரும்பிப் பார்த்தான். தேனீர் கடைகள் சில கண்ணில் பட்டன. எதிர் இருக்கைகளைப் பிடித்தபடியே நகர்ந்து வெளியே வந்தான். கையை விடுவித்துவிட்டு இரண்டு எட்டுகள் வைத்த பிறகுதான் தன் நிலையை அவனால் உணரமுடிந்தது. ஆனால் அதற்குள் அவன் உடல் சமநிலை பிறழ்ந்து கீழே சரிந்தது. ஆமாம் அவன் விழுந்துவிட்டான். இப்படி எதுவும் நடந்துவிடக்கூடாது என்பதுதானே அவன் கவனமெல்லாம். உடல் தரையில் மோதுவதும், வலி கிளர்ந்து பரவுவதும்... பிரக்ஞையுமா தப்பிப் போகும்?

அவன் இப்போது இருக்கையில் உட்கார்ந்திருந்தான். இடது கையிலும் இடுப்பிலும் கடுமையான வலி தெரிந்தது.

‘‘உனக்கு என்ன ஆச்சி?’’

இக்குரல் அவனை துணுக்குறச் செய்தது. திரும்பிப் பார்த்தான். பக்கத்தில் சற்றுத் தள்ளி அவள் அமர்ந்திருப்பது தெரிந்தது.

நீலா?

‘‘இங்க எதுக்கு வந்த?’’

அவள் கேட்டக் கேள்வியைவிட அதிக கேள்விகளை அவன் மனம் கேட்கத் தொடங்கியது. நீ எப்படி இங்கே? அதுவும் நான் வீழும் தருணத்தில், நான் விரும்பாத, நிகழக்கூடாது என அச்சப்பட்டிருந்த அக்கணத்தில்? நீ வருவதற்காகவே இது நிகழ்ந்ததா? உன் வருகையின் அலைகள் தாக்கித்தான் என் உடல் சரிந்ததா?’’

‘‘ஒடம்புக்கு ஏதாவது முடியலையா? தனியாவா வந்த?’’

என் அருகில், கையெட்டும் தொலைவில் நீ. என்ன பேசுவேன் நான்?

‘‘ஊருக்கு போறயா, ஊரிலிருந்து வர்றயா?’’

பதில் எதுவும் சொல்லாமல் அவன் திகைப்பதைப் பார்த்து, வெட்கத்துடன் அவள் சிரிக்கிறாள்.

எதிர்பாராத கணத்தில், பின்னால் வந்து நின்று கண்களைப் பொத்தி அதிர்ச்சியில் ஆழ்த்திவிட்டு, எதிரே வந்து சிரிப்பது போல அவள் சிரிக்கிறாள். பயந்திட்டியா? நான்தான் என்பது போல.

நீலாவதி!

அவன் சிரிக்கிறான். அவளும் சிரிக்கிறாள்.

அவள் கேட்டாள், ''இங்க எப்ப வந்த?''

''ரெண்டு நாள் ஆச்சி. ஊருக்குப் போய்க்கிட்டிருக்கேன். நீ?''

''இப்பத்தான் வர்றேன். சாந்தி வீட்டுக்கு வந்தேன். அவ வண்டி எடுத்துக்கிட்டு வர்றேன்னு சொல்லியிருக்கா. அவளுக்காகத்தான் அங்க நின்னுகிட்டிருந்தேன். திடீர்ன்னு பாத்தா... என்ன ஆச்சி? மயக்கமா? ஒடம்பு சரியில்லையா?''

''ஆமாம். ஆஸ்பிட்டல்ல சேர்றதுக்காகத்தான் வந்தேன். ஆனா கொஞ்சம் சிக்கலாயிடுச்சி.''

''ஒடம்புக்கு என்ன? ஏன் இப்படி ஆயிட்டே? தலையெல்லாம் நரைச்சிப் போயி, ஏதோ எழுவது வயசு கிழவன் மாதிரி. அடையாளமே கண்டு பிடிக்க முடியல.''

அவன் சிரித்தான். ஆமாம், அவன் தோற்றம் அப்படித்தான் ஆகிவிட்டது. ஒரு கிழவனைக் கூப்பிடுவது போல் கூப்பிடவும், மதிக்கவும், இரக்கம் காட்டவும், சலுகை வழங்கவும் கூட முன் வருகிறார்கள்.

''எந்த ஆஸ்பத்திரி, என்ன பிரச்சின?''

அவன் சொன்னான். அதன் தொடக்கம், மருத்துவர்கள், பரிசோதனைகள், ஊர் ஊராக, மருத்துவமனை மருத்துவமனையாக அலைந்தது, படுத்தது... இறுதியாக இங்கே.

''இந்த நெலமையில நீ ஊருக்கெப்படி போவ?''

''போய்த்தானே ஆகனும். இங்க என்ன பண்றது?''

''சாந்தி வீட்டுல தங்கிட்டு நாளைக்கு போ.''

அவன் வியப்புடன் அவளைப் பார்த்தான். என்ன சொல்கிறாள் இவள்? இங்கு அவள் மகள் வீட்டில் தங்குவதா? என் உடல் நிலை குறித்து அவளுக்கு அதிக அவநம்பிக்கைத் தோன்றியிருக்க வேண்டும்.

''அதெல்லாம் வேணாம். நான் போய்டுவேன். பஸ்ஸ விட்டு இறங்கினா ஆட்டோ பிடிச்சி வீடு போயி சேரப்போறேன்.''

''வழியில ஏதாவது ஒன்னுன்னா என்ன பண்ணுவ? இதோ இங்க விழலயா.''

ஆமாம் அவன் விழுந்துவிட்டான். விழுந்திருக்கக் கூடாது. இனி அவன் நிலை—என்ன? நம்பிக்கையோடு இது போன்ற பயணத்தை அவனால் மேற்கொள்ளவே முடியாதா? இவள் அதை உணர்ந்துவிட்டாளா?

''சாந்தி இப்ப வந்துடுவா. அவக்கிட்ட சொல்லி திருப்பி அனுப்பிச்சிட்டு நாம ஆட்டோவுல வீட்டுக்குப் போயிடலாம்.''

சாந்திக்கு அவனைத் தெரியும். அவள் கணவனுக்கு? அவன் குடும்பத்தாருக்கு? எந்தத் தைரியத்தில் இவள் கூப்பிடுகிறாள்?

''சாந்தி வீட்டுக்காரன் சரவணன நீ பார்த்திருக்க மாட்டே.''

''இல்லை.''

''நல்லப் பையன்.''

சாந்தி வந்துவிட்டாள். அவள் அம்மாவை நோக்கி சிரித்துக்கொண்டே வந்தாள். அவனை அவளால் சட்டென்று அடையாளம் கண்டுகொள்ள முடியவில்லை. ஆனால் சுதாகரித்துக்கொண்டுவிட்டாள். அவளுக்கு எந்த சங்கடமும் தோன்றவில்லை போல.

அவள் கேட்டாள், ''நல்லா இருக்கீங்களாண்ணா?''

''இருக்கேம்மா.'' அவன் சிரித்தான்.

நீலா எழுந்து அவளைத் தனியே கூட்டிக்கொண்டு போய் பேசினாள். அவன் கண்ணில் படும்படிதான் அவர்கள் நின்றிருந்தனர். எதிர்பாராத, உணர்ச்சிவசப்பட்ட இந்த நிலை எந்த சங்கடத்துக்கும் வழி வகுத்துவிடக்கூடாது என அவன் அஞ்சினான்.

இருவரும் திரும்பி வந்தனர்.

''போலாம் வாங்கண்ணா'' என்றாள் சாந்தி. அவனுடைய பையையும் தன் அம்மா கொண்டு வந்த பையையும் அவள் எடுத்துக்கொண்டாள். அவன் எழுந்து முன் இருக்கையைப் பற்றியபடியே வெளியே வந்தான். நீலா அவன் கையைப் பிடித்துக்கொண்டாள்.

அவர்கள் இருவரையும் ஒரு ஆட்டோ பேசி ஏற்றிவிட்டு சாந்தி தன் ஸ்கூட்டரில் போய்விட்டாள்.

நகரத்தின் விளிம்பைக் கடந்து ஆட்டோ போய்க்கொண்டிருந்தது.

''கூட தேவிய கூட்டிகிட்டு வர்றதானே. ஏன் வரமாட்டேன்னிடுச்சா?''

இதற்கு என்ன பதில் சொல்வது என அவனுக்குத் தெரியவில்லை. அவளை அவன் அழைக்கவில்லை. அவளும் வருகிறேன் எனச் சொல்லவில்லை. இது வரை மூன்று மருத்துவமனைகளில் படுக்கையில் இருந்திருக்கிறான். எங்கேயுமே அவள் உடனில்லை. இதற்காக அவள் மீது பழி போடவும் அவன் விரும்பவில்லை. அவள் உதவியில்லாமல்

நடமாட அவன் விரும்பினான்.

அவன் சொன்னான், "அவ கூட வந்துட்டா பசங்கள யாரு பாத்துப்பாங்க?"

அவள் எதுவும் பேச வில்லை. ஆனால் அவள் முகத்தில் மளர்ச்சி தெரிந்தது. அவனைப் பார்த்ததில் அவளுக்கு எந்த சங்கடமோ, வருத்தமோ இல்லை போல. ஆனால் இந்த சந்திப்பு நிகழக்கூடாது என அவன் விருப்பியிருந்தான். அப்படி நிகழ்ந்தால் அது கசப்பின் வெளிப்பாடாக ஆகிவிடக்கூடாது என்பதே அவன் அச்சம். அவள் மீது அவனுக்கிருந்த கோபம் சில ஆண்டுகளிலேயே தணிந்துவிட்டது. ஆனால் அவளுக்கு? அவள் மீது அவன் பாய்ச்சிய ஈட்டி? அந்த காயம் ஆறியிருக்குமா? அதன் வலி தணிந்திருக்குமா? ஆனால் அப்படி எதுவும் நிகழ்ந்துவிடவில்லை. இதோ நீலா தனக்குள் சிரித்தபடி வருகிறாள், அவளிடம் ஒரு பரவச உணர்வு வெளிப்பட்டுக் கொண்டிருக்கிறது.

ஆனால் காலம் கடந்துவிட்டது. கடைசியாக அவளைப் பார்த்த போது நரை கண்டிருந்தது. இப்போது முழுவதுமே நரைத்துவிட்டது. வெறுமையான அந்த முகம் சற்றே சிறுத்திருக்கிறது. உடலில் தளர்ச்சி தெரிகிறது. முன்பு போலவே கழுத்தில் ஒரு சங்கிலி, கைகளில் கவரிங் வளையல்கள், நீல நிறத்தில் பூக்கள் வரையப்பட்ட புடவை, எளிமையான அதே விதவைக் கோலம்.

அவன் கேட்டான், "மருமகன் என்ன பண்றான்?"

"மார்கெட்டுல காய்க்கறி கடை வச்சிருக்கான்."

"எத்தனை கொழந்தைங்க?"

"ரெண்டு பேரு. பொண்ணு ஒன்னு பையன் ஒன்னு. பெரியவ ஸ்கூலுக்குப் போறா. பையனுக்கு ரெண்டு வயசுதான் ஆவுது."

பிறகு இருவரும் பேசிக்கொள்ளவில்லை. அவன் குடும்பத்தைக் குறித்தோ பிள்ளைகள் குறித்தோ எதுவும் அவள் கேட்கவில்லை. ஒரு வேளை அவளுக்குத் தெரிந்திருக்கலாம். சொல்வதற்கு ஆட்கள் இருந்தார்கள். அவன்தான் எதுவும் தெரிந்துகொள்ள விரும்பவில்லை. தெரிந்து என்ன ஆகப்போகிறது? ஒருவேளை தெரிந்துகொண்டிருந்தால், அதன் தொடர்ச்சி அவன் மனதில் நிலைத்து இன்று இந்த சந்திப்பை சகஜமாக்கியிருக்கும். அப்படி ஆகியிருந்தால் இப்போது அவன் மனம்கொண்டுள்ள பரவசத்தை இச்சந்திப்பு நிகழ்த்தாமல் போ- யிருக்கலாம். பரவசம் என்றுதானே சொன்னோம். ஆமாம் அவன் அப்படித்தான் இருக்கிறான். உடலின் வலி தணிந்து, ஏன் அவன் நோய்கூட பின்வாங்கிவிட்டது போலவே இருந்தது.

புறநகர் பகுதியில் இருந்த இரண்டு மாடி வீடுதான் அது. சொந்த வீடாகத்தான் இருக்க வேண்டும். அவள் உதவியில்லாமலேயே மெல்ல நடந்து வீட்டினுள் சென்றான். வரவேற்பறையில் இருந்த

சோபாவில் போய் உட்கார்ந்தான். சாந்தியின் பையன் தரையில் விளையாடிக்கொண்டிருந்தான். மகள் பள்ளிக்குச் சென்றிருக்கிறாள். சாந்தியின் கணவன் இரவுதான் வீட்டுக்கு வருவானாம்.

''கொஞ்சம் நேரம் படுக்கிறியா?'' நீலா கேட்டாள்.

''இல்ல, இப்ப வேணாம்'' என்றான் அவன்.

படுத்தால் நன்றாகத்தான் இருக்கும். ஆனால் எங்கே படுப்பது? சமையல் அறை தவிர மேலும் இரண்டு அறைகள் இருந்தன என்றாலும் சங்கடமாக உணர்ந்தான். கட்டிலில்தான் அவனால் படுக்க முடியும். அனேகமாக அந்த அறைகளில் ஏதோ ஒன்றில்தான் கட்டில் இருக்க வேண்டும்.

அந்த சிறுவனை இவன் அருகில் வருமாறு அழைத்தான். அவனோ தலையாட்டி மறுத்துவிட்டான். பெயர் கேட்டதற்கும் சொல்லவில்லை. இவன் வருகையால் அவன் மிரட்சி கண்டிருக்க வேண்டும்.

குளியல் அறையைத் திறந்துகொண்டு வெளியே வந்த நீலா, ''பாத் ரூம் போறதா இருந்தா போ'' என்றாள். அவன் சென்று வந்தான். சாந்தி தொலைக்காட்சி பெட்டியை முடுக்கி ஒரு தமிழ்ச் செய்திச் சேனலை வைத்துவிட்டுப் போனாள்.

மதியம் உணவுக்குப் பிறகு நீலாவின் வற்புறுத்தலுக்கிணங்க படுக்கையறையில் இருந்த கட்டிலில் போய் படுத்துத் தூங்கினான்.

மாலை பள்ளியிலிருந்து சாந்தியின் மகள் வந்தாள். அவள் இரண்டாம் வகுப்பு படிக்கிறாளாம். அவள் அவனுடன் சகஜமாக ஒட்டிக்கொண்டாள்.

இரவு எட்டுமணி அளவில் சாந்தியின் கணவன் வந்தான். ஏற்கெனவே அவனுக்கு கைபேசியில் சாந்தி தகவல் சொல்லியிருக்க வேண்டும். இன்முகத்துடனேயே அவன் பேசினான். அவனை என்னவென்று அறிமுகப்படுத்தியிருப்பாள்? தன் தந்தையின் நண்பன் என்றா அல்லாது ஊர்க்காரர் என்றா? ஆனால் சங்கடப்படும்படி எதுவும் அங்கே நடப்பது போலத் தோன்றவில்லை. நாளை காலை வரை அவன் அங்கே தங்கியிருக்க முடியும். நீலா சகஜமாக மருமகனுடன் பேசினாள். இவன் வருகை அவளுக்கு எந்த குற்ற உணர்வையும் அங்கே ஏற்படுத்திவிடவில்லை என்பது தெரிந்தது.

இரவு சாப்பாடு முடிந்த பின் சாந்தியின் கணவனிடம் அவன் வியாபாரம் குறித்து விசாரித்தான். அவனும் இவனுடைய உடல்நிலை பற்றி அக்கறையுடன் கேட்டறிந்தான். படுக்கப் போவதற்கு முன்பு நீலாவும், சாந்தியும், அவள் கணவனும் தனியாக ஏதோ பேசினார்கள்.

தம்பதிகளை சங்கடப்படுத்த விரும்பவில்லை அவன். பாத் ரூம் எழுந்து போக வசதியாக இருக்கும் எனக் கூறி இரவு சோபாவிலேயே படுத்துக்கொள்வதாக சொல்லிவிட்டான். நீலாவும் அவள் பேத்தியும்

கீழே பாயில் படுத்துக்கொண்டனர். சோபாவை விரித்துப் போட்டு தலையணையும் போர்வையையும் அவனுக்கு கொடுத்திருந்தனர்.

அவன் படுத்துக்கொண்டான். அந்த சிறுமி தூங்கிவிட்டாள். நீலா உட்கார்ந்திருந்தாள். அவள் சொன்னாள், ''நாளைக்கு ஊருக்குப் போக வேணாம். ஆஸ்பத்திரியில சேர்ந்துடு.''

அவன் எழுந்து உட்கார்ந்துகொண்டான். என்ன சொல்கிறாள் இவள்?

''அட்வான்ஸ் பணம்தானே பிரச்சினை. அதைக் கட்டிக்கலாம்.''

அவன் சொன்னான்,''பணம் மட்டுமில்ல, கூட ஒரு ஆளு இருக்கனும்ன்னு சொல்லிட்டாங்க.''

''நான் வர்றேன்.''

அவன் அதிர்ந்துபோனான். என்ன சொல்கிறாள் இவள்? எந்தத் தைரியத்தில்? அவள் மருமகன் என்ன நினைப்பான்? இதை எப்படி புரிந்துகொள்வான்?.

''வேணாம். நான் ஊருக்குப் போயி தேவிய கூட்டிகிட்டு வந்து சேந்துக்கிறேன்.''

''எப்பப் போயி, எப்பக் கூட்டிக்கிட்டு வர்றது? எனக்கொன்னும் பிரச்சினையில்ல. இங்க வந்தா பத்து பாஞ்சி நாளு தங்கிட்டுத்தான் போவேன். உன்ன ஆஸ்பத்திரியில சேர்த்துட்டு நான் வந்து போயிக்கிட்டு இருக்கேன்.''

அவன் எதுவும் பேசாமல் உட்கார்ந்திருந்தான். நீலாவை சந்தித்தது, இங்கு வந்தது, அவள் தன்னுடன் மருத்துவமனைக்கு வருவதாகக் கூறுவது எல்லாம் நிஜத்தில் நடந்துகொண்டிருக்கிறதா? இதெல்லாம் எப்படி? இதைத்தான் தெய்வாதீனம் என்கிறார்களா?

அவன் எதற்கு தயங்குகிறான் என்பதை அவள் புரிந்து கொண்டிருக்க வேண்டும்.

''சரவணன்தான் சொன்னான். அவரு எதுக்குப் போயி திரும்ப வரனும். எவ்வளவு ஆகுதோ நாம கட்டிடலாம். டிஸ்சார்ஜ் ஆனப் பிறகு ஊருக்குப் போயி பணத்தை என் அக்கவுன்ட்ல போட சொல்லிடுங்கன்னு சொன்னான்.''

''அது இல்ல... உனக்கு எதுக்கு இந்த தொல்லைன்னுதான்...''

''இதல என்ன இருக்கு. நான் வர்றேன். நாளைக்கு காலையில சாப்பிட்டுக் கிளம்பலாம்.''

அவனுக்கு எதையும் நம்ப முடியவில்லை. என் மீதான பற்றுதலில் இதை செய்கிறாளா? அல்லது நான் அவ்வளவு பரிதாபம் காட்டும் மனிதானாக மாறிவிட்டேனா? நம்மால் இவர்களுக்கு எவ்வளவு தொல்லை. எதற்காக இந்தச் சுமையை இவர்கள் மீது இறக்க

வேண்டும் என்றெல்லாம் யோசித்தபடி வெகுநேரம் தூக்கம் வராமல் படுத்திருந்தான்.

அவள் வீட்டில் படுத்திருந்துறங்கிய சில இரவுகள் இப்போது அவனுக்கு ஞாபகத்துக்கு வந்தன. அது சிறிய அளவிலான வீடு. அங்குதான் எல்லோரும் படுத்துறங்க வேண்டும். இவன் கட்டிலில் படுத்திருப்பான். கீழே நீலா தன் மகளோடு படுத்திருப்பாள். கொஞ்சம் தள்ளி அவள் சொந்தங்கள். இரவு விளக்குக்கூட இல்லாமல் அறை இருண்டு கிடக்கும். மற்றவர்கள் உறங்கியப் பிறகு அவள் எழுந்து கட்டிலுக்கு நெருங்கி வந்து உட்கார்ந்துகொள்வாள். அவளுடைய வாசனையையும் விரல் தொடுதலையும் அவனால் உணர முடியும். தகிக்கும் அவள் உடலையும் ஆற்றாமையின் பெருமூச்சுகளையும் ஸ்பரிசிப்பான். உணர்வுப் பெருக்கில் அவள் கைகள் அவனைப் பற்றி கீழே இழுக்கும் போது பயம் அவனைத் தடுத்து நிறுத்திவிட்டிருக்கிறது. ஒரு வேளை அந்த நிறைவின்மையின் மிச்சங்கள் இன்னும் அவளுக்குள் புதைந்திருந்து இப்போது உயர்த்தெழுந்து வருமோ என்றுகூட அவன் எதிர்பார்த்தான். ஆனால் இந்தச் சூழலில் அதெற்கெல்லாம் இடமிருக்குமா என்ன? இந்த எதிர்பார்ப்பு அவனைக் குற்ற உணர்ச்சிக்குள் அமிழ்த்தவே செய்தது. ஒரு வேளை அவனுடைய இறைஞ்சுதல், முன்னெடுப்புகள் இல்லாமலேயே அவனை நோக்கி அவளே வந்தால் என்ன செய்யப்போகிறான்? ஆனால் அதற்கான ஏக்கமோ, எதிர்பார்ப்போ அவளிடம் இருப்பதாகத் தெரியவில்லை. ஒரு இயலாக் குழந்தையை அரவணைத்துக் கொள்ளும் வாஞ்சைதான் அவளிடம் வெளிப்படுவதாக அவனுக்குத் தோன்றியது.

மனதின் கற்பனைகளை, அது விகாரம் கொள்ளுதலைக் கட்டுப்படுத்த முடிகிறதா என்ன? பிறகு அதன் ரத்த உறவான இந்தக் கனவுகள்! உடல் உறக்கம் கொண்டிருக்கும் வேலையில் அவை ஆடும் நடனம்! அன்றிரவு அது ஒரு நாகத்தைப் போல நீலாவின் உடலை தீண்டித் தீண்டிப் படமெடுத்து ஆடியது. உறக்கத்தின் விளிம்பை கடந்து அவை நீள்கையில் பலமுறை அவன் விழிப்புகண்டான். ஒரு நடனத்தின் முடிவில் அவன் உயிர் மூலம் விம்மி பாகாக வடிந்தும் போனது. வெட்கத்துடன் எழுந்து மெல்ல குளியல் அறைக்குச் சென்று வந்தான். பிறகு சோபாவில் உட்கார்ந்து நீலாவைப் பார்த்தான். இரவு விளக்கின் மங்கிய ஒளியிலும் அவள் உறங்கிக் கொண்டிருக்கும் தோற்றம் தெளிந்த காட்சியாக அவனுக்குள் இறங்கியது. அவள் முகத்தையே சிறிது நேரம் பார்த்துக்கொண்டிருந்தான். தூக்கத்தில் குழந்தைகள் சிரிப்பது போல அவள் சிரிப்பது தெரிந்தது. அவன் கனவும் அவள் கனவும் ஒன்றுதானோ? இரு உடல்களையும் மேடையாக்கி அந்த நடனம் நிகழ்ந்ததோ?

மறுநாள் காலை, வேளையோடு கிளம்பி சரவணன் மார்க்கெட் போய் விட்டான். பெண்ணைப் பள்ளிக்கு அனுப்பிட்டு தன் பையனுடன் சாந்தியும் உடன் வந்தாள். மூவருமே ஒரு ஆட்டோ பிடித்து மருத்துவமனைக்குப் போனார்கள்.

அவன் சிகிச்சைப் பெற வேண்டிய வார்டு இரண்டாவது மாடியில் இருந்தது. நர்ஸ் விண்ணப்பத்தைப் பூர்த்தி செய்து நீலாவிடம் கையெழுத்து வாங்கிக் கொண்டாள். சாந்தி போய் முன் பணத்தை கவுன்ட்டரில் செலுத்தி ரசீது பெற்று வந்தாள். அவன் தங்கப் போகும் அறையை அங்குப் பணியிலிருந்த உதவியாளர் பெண் ஒருத்தி காட்டினாள். அது இரண்டு நோயாளிகள் தங்கும் அறை. அது சுத்தமாகவும் விஸ்தீரணமாகவும் இருந்தது. இரண்டு நோயாளிகளுக்கான கட்டில்களும் உடன் தங்குபவர்களுக்கு இரண்டு கட்டில்களும் இருந்தன.

வழிக்குப் பக்கத்தில் இருந்த கட்டிலில் மெலிந்த தேகத்துடன் வயதான ஒருவர் படுத்திருந்தார். அவர் தன் மனைவியுடன் பேசிக் கொண்டிருந்ததில் அவர்கள் இந்திக்காரர்கள் என்பது புலப்பட்டது. அவனுக்கு ஒதுக்கியிருந்த கட்டில் உள் பக்கமாக இருந்தது. இடையிலிருந்த திரையை இழுத்துவிட்டால் அடுத்தவர் பார்வைப் படாமல் கொஞ்சம் சுதந்திரமாக இருக்கலாம். ஒவ்வொரு நோயாளிக்கும் தலா ஒன்று என இரண்டு பிளாஸ்டிக் நாற்காளிகளும் பொருள்களை வைத்துக்கொள்ள இரண்டு மர அலமாரிகளும் அங்கிருந்தன. குளியல் அறைகூட சுத்தமாக இருந்தது.

அவர்கள் அறைக்கு வரும் போது பனிரண்டு மணிக்குமேல் ஆகிவிட்டது. சாந்தி கேன்டீனுக்குப் போய் இரண்டு சாப்பாடு வாங்கி வந்தாள். தான் வீட்டுக்குப் போய் சாப்பிட்டுக்கொள்வதாகச் சொல்லிவிட்டுக் கிளம்பினாள். ஏதாவது தேவை என்றால் கைபேசியில் தகவல் சொல்லும்படிச் சொல்லி தன் எண்ணை அவனுக்குக் கொடுத்துவிட்டுச் சென்றாள். நீலா அவளை வெளியேச் சென்று வழியனுப்பிட்டு வந்தாள்.

அவள் உள்ளே வரும்போது அந்த வட இந்தியப் பெண்மணி நீலாவிடம் எதுவோ இந்தியில் கேட்டாள். எனக்குத் தெரியாது என்பது போல அவள் தன் கையை விரித்துக் காண்பித்துவிட்டு அவனைப் பார்த்து சங்கோஜத்துடன் சிரித்துக்கொண்டே வந்தாள்.

உதவியாளர் படுப்பதற்கான அந்த தாழ்வான கட்டிலில் உட்கார்ந்து கொண்டு கேட்டாள், “உனக்கு இந்தி தெரியுமா?”

“தெரியாது” என்றான் அவன். “ஏதாவது பேசுனும்ன்னா ஊமைகிட்டப் பேசற மாதிரி சைகையிலேயே பேச வேண்டியதுதான்.”

அவள் சிரித்தாள்.

அவன் சொன்னான், “அவுங்கப் பேசறது நமக்குப் புரியாது. நாமப் பேசறது அவுங்களுக்குப் புரியாது. நல்லக் கூத்தாதான் இருக்கப் போவுது.”

அது மத்திய அரசின் கட்டுப்பாட்டில் உள்ள மருத்துவமனை

என்பதால் பல மொழிப் பேசும் மக்களும் சிகிச்சை பெற இங்கே வந்து குவிந்தார்கள். தமிழ் பேசக்கூடியவர்கள் மிகக் குறைவு. இந்த மருத்துவமனைக்கு வந்தாலேயே அவனுக்கு மொழிப் பிரச்சினையும் உடன் வந்துவிடும்.

''சாப்பிட்றயா?'' எனக் கேட்டாள் நீலா.

''பசி இல்ல. கொஞ்ச நேரம் ஆகட்டும்.''

அவன் கட்டிலின் மீது ஏறி உட்கார்ந்தான்.

''நீ படுக்கிறதா இருந்தா படு'' என்றான்.

அவள் கட்டிலில் உள் நகர்ந்து சுவரில் சாய்ந்து கொண்டாள். அவன் படுத்து கண்களை மூடிக்கொண்டான். மருத்துவமனைக்குள் வெகு தூரம் நடக்க வேண்டியிருந்ததால் கால்களில் வலி இருந்தது. ஆனால் அவன் மனம் நீலா என்ற எதிர்பாராத வரவால் பரவசமும், பதற்றமும் கொண்டுவிட்டிருந்தது. நேற்று காலைத் தொடங்கி இந்த கனம் வரை நடப்பது எல்லாமே ஒரு நீண்ட கனவின் தொடர்ச்சி போலவேத் தோற்றம் தந்தது. இதோ அவனுக்கு மிக அருகில், அவனுக்கு உதவியாக அவள் வந்திருக்கிறாள். அவனுடன் ஒரு வாரம் இருக்கப் போகிறாள். அவளோடு பழகிய நாட்களில் இப்படியான சந்தர்ப்பத்திற்காக இருவரும் காத்திருந்திருக்கிறார்கள். எத்தனை தயக்கம், அச்சம், அவஸ்தை. அதையும் தாண்டி கிடைத்த சந்தர்ப்பங்களில் கூட பதற்ற மில்லாமல் கலக்கவே முடிந்ததில்லை. அவர்கள் இருவருக்காக ஒதுக்கப்பட்டதும், எல்லாம் அனுமதிக்கப்பட்டதுமான இடம் ஒன்று பூமியில் இருப்பதற்கான நம்பிக்கை துளிர்க்கவே இல்லை. உட்கார்ந்து பேசவும், அணைத்துக்கொள்ளவும், கிளந்தெழும் உடல்களின் விம்மல் களுக்கு பதில் கூறவுமான ஒரு இடம் எங்கே என்று பல காலம் அவர்கள் தேடிக் கொண்டிருந்திருக்கிறார்கள். அது நிறைவேறாமலேயே நிகழ்ந்த விலகல், பெரிய இடைவெளியாகி சுமார் பதினைந்து ஆண்டுகள் கடந்து இப்போது ஒன்று சேர்ந்திருக்கிறது. ஒரு வேளை அவர்கள் தேடிய இடம் இதுதானோ. முதுமையின் பாதையில் நடக்கத் தொடங்கி சற்றேயான தொலைவையும் கடந்து வந்துவிட்ட இந்த சந்தர்ப்பங்களில் என்ன நடக்கப் போகிறது?

இந்த சந்திப்பு ஒரு விபத்துதான். நல் விபத்து. ஆனால் அவள் ஒரு புன்னகையையோ, சம்பிர்தாயமான விசாரிப்பையோ செலுத்திவிட்டு ஏன் அவள் வழியில் சென்றிருக்கக் கூடாது? அவனைப் போலவே இச்சந்தர்ப்பத்திற்கு அவளும் காத்திருந்தாளா? திரும்ப அதை இழக்க விரும்பாத பேரார்வம்தான் இந்த மருத்துவமனை வரை அவளை அழைத்து வந்திருக்கிறதா? ஆனால் இதற்கு எதிரான பதில் எதுவும் இருக்க வாய்ப்பில்லை. அவனுக்குள் சந்தேகத்துடன் துடிக்கும் கேள்வி ஒன்றும் இருந்தது. ''நீ காட்டும் இந்த அன்புக்கு தகுதியுள்ளவனா நான்?'' என்பதுதான் அது.

எத்தனை சந்திப்பு, பேச்சு, ஏக்கங்கள், விருப்பங்கள், அவமானம், கண்ணீர் என கட்டப்பட்ட அந்த உறவை ஒரு கனத்தில் போட்டு நொறுக்கிவிட்டு வருவது எவ்வளவு அறிவீனம், மூடத்தனம். அவனாலேயே அவனை மன்னிக்க முடியாத போது அவள் எப்படி மன்னித்தாள்?

அவர்கள் இருவரும் இப்போது தனியே இருக்கிறார்கள். அவர்கள் பேசியாக வேண்டும். எங்கிருந்து தொடங்குவது? விட்ட இடத்திலிருந்தா? அல்லது இப்போதைய அவர்களின் வாழ்க்கையின் நிகழ்வுகளிலிருந்தா? எதுவாக இருந்தாலும் அது ஒரு நோக்கத்தின்பாற்பட்டே செல்லும் என்பதில் சந்தேகமில்லை. ஆனால் இருவருக்கான நோக்கம் ஒன்றாக இருக்க முடியுமா?

"டாக்டர் வந்திருக்காங்க."

நீலாவின் குரல் கேட்டு கண் திறந்து பார்த்தான். டாக்டர் அவனுக்கு அருகில் நின்றிருந்தார்.

"தூக்கமா?" அவர் சிரித்தபடி ஆங்கிலத்தில் கேட்டார்.

"இல்லை சார்." அவன் அவசரமாக எழுந்து உட்கார்ந்தான்.

"தமிழா?" அவர் கேட்டார். ஆனால் அதில் வட இந்திய வாடை இருந்தது. இளைஞர்தான். கையில் அவன் பெயர் பொறித்த ஒரு கோப்பும் விண்ணப்பம் போன்ற காகிதங்கள் கொண்ட ஒரு அட்டையும் இருந்தன.

"என்ன வேலை செய்றீங்க?"

அவன் சொன்னான்.

உட்கார்ந்தவாக்கிலும், படுக்க வைத்தும், நடக்க வைத்தும் அவர் அவனைப் பரிசோதித்தார். அரை மணி நேரத்துக்கு மேல் அது தொடர்ந்தது. அவன் தன்னுடன் கொண்டு போயிருந்த, இதற்கு முன் பல மருத்துவமனைகளில் எடுக்கப்பட்ட பரிசோதனை முடிவுகளை வாங்கிப் பார்த்தார். அவற்றைப் பிறகு தருவதாகக் கூறி கோப்பில் சேர்த்து வைத்துக்கொண்டார்.

புறப்படும்போது சொன்னார், "நிறைய டெஸ்ட் எடுக்க வேண்டியிருக்கு. அதையெல்லாம் பார்த்துட்டு கடைசியாத்தான் என்ன ட்ரீட்மென்ட் குடுக்கிறதுன்னு சொல்ல முடியும்."

அவன் கேட்டான், "எவ்வளவு நாள் இங்க தங்க வேண்டியிருக்கும்?"

அவர் சொன்னார், "மினிமம் ஒன் வீக். டென் டேஸ் கூட ஆகலாம்."

அவர் போய் விட்டார்.

இந்தப் பரிசோதனைகளை நீலா பார்த்துக்கொண்டிருந்தது அவனுக்கு

சங்கடமான ஒரு உணர்வைக் கொடுத்தது. அவளுக்கு முன் ஒரு நோயாளியாக நிற்க வேண்டிய நிலை, ஒரு தாழ்வு மனப்பான்மையையும் அவனுக்குள் எழுப்பவே செய்தது.

அந்த சூழ்நிலையை ஒரு முடிவுக்கு கொண்டுவரும் விதமாக அவன் சொன்னான், ''பசி எடுத்துகிச்சி, சாப்பிடலாம்.''

தன் பையிலிருந்து ஒரு செய்தித் தாளை எடுத்து அந்த சின்ன கட்டிலின் மீது விரித்துவிட்டு, கைக் கழுவ குளியல் அறைக்குச் சென்று வந்தான். அவள் பொட்டலங்களைப் பிரித்து வைத்தாள்.

சாப்பிடும் போது கேட்டாள், ''ஆஸ்பத்திரியில சேந்துட்டேன்னு தேவிக்குச் சொன்னையா?''

''இல்ல, சொல்லனும்'' சங்கடத்துடன் அவன் சிரித்தான்.

சொல்வதில் நிறைய சிக்கல் இருந்தது. என்ன சொல்வது என அவன் யோசித்துக்கொண்டிருந்தான். நண்பர்தான் மருத்துவமனையில் சேர்த்துவிட்டு பார்த்துக்கொள்கிறார் எனச் சொல்ல வேண்டும். பொய் சொன்னால் அதை தொடர்ச்சியாக பின்பற்ற வேண்டும். அத்திறமை அவனுக்குக் குறைவு.

அவன் கேட்டான், ''நீதான் கூட இருந்துப் பார்த்துக்கிறன்னு சொல்லிடட்டுமா?''

''சொல்லேன். எனக்கென்ன பிரச்சினை? நீதானே அவஸ்தைப் படப்போற.''

சாப்பிட்டுவிட்டு அவன் கொஞ்சம் நேரம் புத்தகம் படித்துக்கொண்டிருந்தான். அவள் படுத்தாள். கண்களை மூடி படுத்திருந்தவள் தூங்கிவிட்டது தெரிந்தது. அவன் முயற்சிக்கவில்லை. இப்போது தூங்கிவிட்டால் அவனால் இரவில் தூங்க முடியாது.

மாலை ஐந்து மணி வாக்கில் அவள் எழுந்து கொண்டாள். பிளாஸ்டிக் நாற்காலியில் உட்கார்ந்து படித்துக்கொண்டிருந்த அவனைப் பார்த்து சிரித்தாள்.

''நல்லாத் தூங்கிட்டேன்.''

எழுந்து குளியல் அறைக்குச் சென்று முகம் கழுவிக்கொண்டு வந்தாள்.

பக்கத்து படுக்கையிலிருந்த நோயாளியும் அவன் மனைவியும் இல்லாததைப் பார்த்து சைகையில் எங்கே என்று கேட்டாள்.

அவன் சொன்னான், ''இங்க வேலை செய்ற பொம்பள வந்து எங்கியோ கூட்டிகிட்டு போச்சி. ஏதாவது டெஸ்ட் எடுக்க இருக்கும்ன்னு நெனைக்கிறேன்.''

அவள் தனது பையிலிருந்து ஒரு துண்டை எடுத்து முகம் துடைத்துக்கொண்டாள்.

அவன் கேட்டான், ''வெளியே வராண்டாவுல கொஞ்சம் நேரம் நிப்பமா?''

அவன் எழுந்து புத்தகத்தை கட்டிலின் மேல் போட்டுவிட்டு மெல்ல நடந்தான். அவள் அவனுக்கு அருகில் வந்தாள். அவள் தோல் மேல் கையை வைத்துக்கொண்டு நடந்தான். வராண்டா வெகு தொலைவுக்கு நீண்டிருந்தது. அதில் பொருத்தப்பட்டிருந்த நகர்த்தும் கண்ணாடி ஜன்னல்கள் வழியே எதிரே இருந்த தோட்டமும் மரங்களும் தெரிந்தன. தோட்டம் நன்கு பராமரிக்கப் பட்டதற்கான அடையாளங்கள் காணப்பட்டன. தரை முழுவதும் வியாபித்திருந்த புல்வெளி சீராக வெட்டப்பட்டிருந்தது. ஜன்னல் கம்பியைப் பிடித்துக்கொண்டு அவன் நின்றான். அவளும் அருகில் வந்து நின்று தோட்டத்தை வேடிக்கைப் பார்த்தாள். அவன் மூடியிருந்த கண்ணாடி ஜன்னலை நகர்த்தினான். சில்லென்ற காற்று உள்ளே வந்து அவர்கள் மீது மோதியது.

''ராத்திரியில நல்லா குளிரும்ன்னு நினைக்கிறேன்'' என்றான் அவன். ''போர்வை ஏதாவது எடுத்துகிட்டு வந்தியா? எனக்கு கட்டில்லேயே ஒன்னு இருக்கு.''

''சாந்தி சால்வ ஒன்னு கொடுத்தனுப்பியிருக்கா.''

அங்கிருந்து சற்று தள்ளி அறைகளுக்கு மையப் பகுதியில் ஒரு பெரிய ஹால் இருந்தது. அதில் நிறைய இருக்கைகள் போடப்பட்டிருந்தன. எதிரே ஒரு தொலைக் காட்சிப் பெட்டி இயங்கிக்கொண்டிருந்தது. அதில் ஏதோ ஒரு இந்தி மொழி நிகழ்ச்சியை சிலர் உட்கார்ந்துப் பார்த்துக்கொண்டிருந்தனர்.

''அங்க போயி கொஞ்சம் நேரம் உட்காரலாமா?'' எனக் கேட்டான்.

''வா'' என்றாள் அவள்.

பக்கத்தில் நடந்து வந்த அவள் கையைப் பிடித்துக்கொண்டான். இருவரும் அந்த இடத்தை நோக்கி நடந்து சென்றனர். பின்னால் இருந்த இருக்கைகளில் அருகருகே அமர்ந்து கொண்டனர். தொலைக்காட்சிப் பெட்டியில் தெரிந்த நிகழ்ச்சி எதுவும் அவர்கள் கவனத்தைக் கவரும்படி இல்லை. வெளியே இருள் கவிந்து வருவது ஜன்னல்களின் வழியேப் புலப்பட்டது. அந்த இடத்தில் எரிந்து கொண்டிருந்த விளக்குகளிலிருந்து வந்த ஒளி அதை ஈடுசெய்யும் அளவுக்கு இல்லை. எதுவும் பேசாமல் யாருடைய அழைப்புக்காகவோ காத்திருந்தது போல அவர்கள் இருந்தனர். அவள் அவனது வலது கையை எடுத்து தன் கைக்குள் வைத்துக்கொண்டாள். அவளுடைய அந்த நகர்வை அங்கீகரிப்பது போல அவனும் அவள் விரல்களைப் பற்றி அழுத்தினான். வெகு நேரம் அந்த விரல்கள் ஒன்றை ஒன்று தழுவி, நீண்ட காலத்துக்குப் பிறகான

அந்த சந்திப்பை கொண்டாடிக் கொண்டிருந்தன.

அவன் ஏனோ சட்டென்று கைகளை விடுவித்துக்கொண்டான். அவள் வியப்புடன் அவனைப் பார்த்தாள். அவன் முகத்தில் முன்பிருந்த பரவசம் மறைந்து ஏதோ குழப்பம் படிந்ததை அவள் கவனித்தாள்.

"நாம ரூமுக்குப் போகலாம். டாக்டர் யாராவது வருவாங்க" என அவன் எழுந்தான்.

இருவரும் அறைக்கு திரும்பினர். அப்போதும் அந்த அறை காலியாகவே இருந்தது. அந்தத் தம்பதிகள் இன்னும் திரும்பவில்லை என நினைத்தான். ஆனால் அவர்களுடைய பொருள்கள் எதுவும் அங்கே காணப்படவில்லை. சிகிச்சை முடிந்து அவர்கள் டிஸ்சார்ஜ் ஆகி கிளம்பிச் சென்றிருக்க வேண்டும்.

"நேரமாயிடுச்சி நான் போயி கேன்டின்ல டிபன் வாங்கியாந் திட்றேன்." என்றாள் நீலா.

அவள் போய்விட்டாள். அவனுக்குள் ஏற்பட்ட மாற்றம் அவளை குழப்பமடையச் செய்திருக்க வேண்டும். இதற்கு அவனால் என்ன செய்ய முடியும்? ஹாலில் அவர்கள் அமர்ந்திருக்கும் போது வராண்டாவில் அவன் பார்த்ததுதான் அவனைத் துணுக்குறச் செய்திருந்தது. ஆமாம் அந்த வழியே வந்துப் போய்க் கொண்டிருந்த வர்களுக்கு மத்தியில் கவிதாவை அவன் பார்த்தான். அவள் பார்வையும் அவன் மேல் படிந்து சென்றது போலத்தான் இருந்தது. அவள் எதற்கு இங்கே வந்தாள்? அவளுடைய கையில் பிளாஸ்க் ஒன்று இருந்ததையும் அவன் பார்த்தான். அவள் இங்குதான் யாருடனோ வந்திருக்க வேண்டும். ஒருவேளை அவள் கணவனுக்கு உடம்பு சரியில்லையா?

அவனுக்கு இருப்பு கொள்ளவில்லை. திரும்பவும் அறையை விட்டு வெளியே வந்து வராண்டாவைப் பார்த்தபடி நின்றான். அவன் பார்வை அவள் வர வேண்டிய இடது திசையை நோக்கியிருந்தது. காலில் வலி இருந்தாலும் சிறிது நேரம் நின்றிருந்தான். அத்திசையிலிருந்து வந்து கொண்டிருந்தவர்களில் அவளைத் தேடினான். தொலைவில் அவள் வருவது தெரிந்தது. வழக்கம் போலவே அவள் நல்ல அலங்காரத்தில் இருந்தாள். வயலட் நிற சேலையில், புருவத்தை சீர்படுத்தி முகத்தை பொலிவாக்கியிருந்தாள். இப்போதும் அவள் கையில் அந்த பிளாஸ்க் இருந்தது. அவள் நெருங்கி வந்தாள். ஆனால் அவனைப் பார்க்காதது போல கடந்து சென்றாள்.

"கவிதா" அவன் அவளை அழைத்தான்.

அவள் திரும்பிப் பார்க்காமல் வேகத்தை அதிகப்படுத்தி நடந்தது போல இருந்தது. ஆமாம் அவள் அவனிடமிருந்து தப்பி ஓடுகிறாள் என்பது நன்றாகவே புலப்பட்டது. அவனை இங்கே சந்தித்ததில் அவள்

அதிகம் அதிர்ச்சியடைந்திருக்க வேண்டும். அவள் அந்த ஹாலை ஒட்டி-யிருந்த ஒரு அறைக்குள் போய் நுழைவது தெரிந்தது. அவள் அங்குதான் இருக்கிறாளா? அவள் யாருடன் வந்திருக்கிறாள்? ஒருவேளை அது 'அவன்' தானோ?

அவள் போன திசையில் மெல்ல அவன் நடந்தான். அவளுடைய திருட்டுத் தனங்கள் எதுவும் இப்போது அவனிடம் பலிக்காது. இனியும் அவனை மறைத்து வைக்க அவளால் முடியாது. அவன் யாரென்று இப்போது தெரிந்துவிடும்.

மூடியிருந்த கதவைத் திறந்து உள்ளே பார்த்தான். அது காலியாக இருந்தது. அவன் திகைத்துப் போனான். அதற்குள் எங்கே போய் அவர்கள் ஒளிந்து கொண்டார்கள்? உள்ளே நுழைந்து குளியலறைக் கதவைத் திறந்து பார்த்தான். அது குளியல் அறை இல்லை, இன்னொரு அறைக்குச் செல்வதற்கான வழி. அதன் முடிவிலிருந்த வாசல் திரையால் மூடப்பட்டிருந்தது. அதை நோக்கி நடந்தான். திரையை விளக்கிப் பார்த்தான். விஸ்தீரணமான அறையாக அது இருந்தது. அதன் ஒரு ஓரத்திலிருந்த கட்டிலில் அவளுடைய கணவன் உட்கார்ந்திருந்தான். அவனுக்கு பக்கத்தில் அவள் உட்கார்ந்தாள்.

குளிர்சாதன வசதி செய்யப்பட்டிருந்த அந்த அறையில் ஒரு குளிர்பதனப் பெட்டியும் இருந்தது. கட்டிலுக்கு அருகே ஒரு சோபாவும், அதற்கு எதிரே ஒரு டீப்பாயும், அதன் மேல் அவள் கொண்டு வந்த பிளாஸ்க்கும் வைக்கப்பட்டிருந்தது. பார்ப்பதற்கு அது ஒரு வீட்டின் வரவேற்பறைப் போலவே இருந்தது. அந்தப் பகட்டுத் தோற்றம் அவன் பொறாமையைத் தூண்டி கோபத்தையும் அதிகப்படுத்தியது. அவன் உள் நுழைந்ததும் இருவரும் அவனைப் பார்த்து ஒரு சிரிப்பை உதிர்த்தனர்.

அவள் கணவன் சொன்னான், "உட்காரு தம்பி. கவிதா இப்பத்தான் சொன்னா நீ இங்க பெட்ல சேர்ந்திருக்கேன்னு. உடம்புக்கு என்ன?"

இன்னும் அவர்கள் ஏன் அவனைத் துரத்துகிறார்கள்? அவனை முட்டாளாக்கிப் பார்ப்பதில் அவர்களுக்கு என்ன அப்படி ஒரு ஆனந்தம்? ஒருவேளை கணவனையும் நம்ப வைத்து, அவனையும் முட்டாளாக்கிக் கொண்டிருக்கிறாளா அவள்? இனியும் அவளுடைய சாதுர்யம் பலிக்கப் போவதில்லை.

அவர்களுக்கு முன் நிற்பது தன்னை குற்றவாளி போல உணரச் செய்துவிடும் என்பதால் அந்த சோபாவில் அவன் உட்கார்ந்தான்.

அவன் தன் மனைவியைப் பார்த்து சொன்னான், "தம்பிக்கு காப்பி ஊத்திக் கொடு."

"வேண்டாம்" அவன் எரிச்சலுடன் சொன்னான், "உங்கக் காப்பி எதுவும் எனக்குத் தேவையில்லை. வீட்டுக்கு வரும்போதெல்லாம் இப்படி காப்பிப் போட்டுக் கொடுத்துத்தான் இவ என்னை மயக்கினா."

''இவ உன்னை மயக்கினாளா?'' அவன் வியப்புடன் கேட்டான்.

''ஆமாம். நீங்க வாங்கின கடன கேக்கறதுக்காக வீட்டுக்கு வரும் போதெல்லாம். இந்த மாதிரி காப்பிப் போட்டுக்கொடுத்து, சிரிச்சி சிரிச்சி பேசுவா. உங்களுக்கு இவளப் பத்தித் தெரியலன்னு நெனைக்கிறேன். என்னை ஏமாத்தின மாதிரி உங்களையும் இவ ஏமாத்திகிட்டிருக்கா.''

''ஏமாத்திகிட்டிருக்காளா?'' அந்த வியப்பு இன்னும் அவனிடம் மாறவில்லை. அது சந்தேகமாகவோ, கோபமாகவோ மாறாததற்கு பக்கத்தில் உட்கார்ந்திருந்த அவளுடைய நடிப்புதான் காரணமாக இருந்திருக்க வேண்டும். ஆமாம் தன் சிரிப்பால் அவள் இதையெல்லாம் ஒரு விளையாட்டு போல மாற்றிக் கொண்டிருந்தாள்.

அவள் நிகழ்த்தும் இந்த சதுரங்க ஆட்டத்தில், அவன் தன் நகர்வை திறம்பட செய்ய வேண்டும். அவள் கணவனை அவளுக்கு எதிராக திருப்பிவிட வேண்டும்.

அவன் சொன்னான், ''இவளாலதான் நான் உங்களுக்கு துரோகம் பண்ணிட்டேன். அது தப்புன்னு தோனாதபடி இவ செஞ்சிட்டா. நினைச்சா இப்ப கூட வருத்தமா இருக்கு.''

அவள் கணவன் சங்கடத்துடன் சிரித்தான்.

''என்ன சொல்லிகிட்டிருக்கத் தம்பி? அதெல்லாம் ஒன்னும் இருக்காது. உனக்கு உடம்பு சரியில்லை. மனசும் சரியில்லேன்னு நெனைக்கிறேன்.''

அவன் சற்றே கோபத்துடன் சொன்னான், ''எனக்கு உடம்பு சரியில்லைதான். ஆனா நான் சொல்றது நிஜம். இவள இன்னும் நீங்க நம்பறீங்களே அதுதான் ஆச்சர்யமா இருக்கு. உங்களுக்கு இன்னும் அவனப் பத்தித் தெரியலன்னு நெனைக்கிறேன். என்கிட்ட இருந்து அவன மறச்ச மாதிரி, உங்ககிட்ட இருந்தும் இவ மறச்சிருப்பா.''

அவன் வியப்புடன் கேட்டான், ''யாரை?''

''ஆமாம் உங்களுக்குத் தெரியல. தெரிஞ்சிருந்தா இவள நீங்க கொன்னுகூடப் போட்டிருப்பீங்க.''

''யாரை சொல்ற தம்பி?''

''இவளோட இன்னொரு காதலன். இளம் காதலன். அவன நீங்கப் பாத்திருக்க முடியாது. நான் கூட பாக்கல. இந்த திருட்டு ராஸ்கெல் எங்கியோ அவன மறச்சி வச்சிருக்கா.''

ஏதோ ஒரு நகைச்சுவையைக் கேட்டது போல கவிதா கொஞ்சம் உரக்கவே சிரித்தாள். பின்னர் பிளாஸ்கிலிருந்த காப்பியை இரண்டு சில்வர் டம்ளர்களில் ஊற்றி ஒன்றை அவனிடம் நகர்த்தினாள்.

சிரித்துக்கொண்டே சொன்னாள், ''முதல்ல காப்பி குடிங்க. அதான்

என்னப் பத்தி நல்லாத் தெரிஞ்சிடுச்சி இல்ல. இனிமே நீங்க மயங்கத் தேவையில்லை.''

அவளுடைய கேலி அவனை ஒரு அசட்டுத்தனமான ஆள் போல் காட்டியதை அவனால் எப்படித் தாங்கிக்கொள்ள முடியும்?

''சிரிக்கிறத மொதல்ல நிறுத்து'' என்று ஆத்திரத்துடன் சொன்னவன், அவள் கணவன் பக்கம் திரும்பி, ''இந்தச் சிரிப்பப் பாத்து இவள நீங்க நம்பிடாதீங்க. அவன இங்கக்கூட எங்கேயோதான் ஒளிச்சி வச்சிருக்கா'' என்றான்.

''இங்கியா?'' அவன் வியப்புடன் கேட்டான்.

அவன் சுற்றிலும் பார்த்துக்கொண்டே சொன்னான், ''இங்கதான்.''

அவன் வந்த வழியில்லாமல், எதிர் திசையில் இன்னொரு கதவு இருந்தது தெரிந்தது. ''அதுக்குள்ளதான் அவன் இருக்கனும்.'' அந்த கதவை அவன் சுட்டிக்காட்டினான்.

அவள் கணவன் சொன்னான், ''அது பாத் ரூம் தம்பி.''

''அப்படித்தான் தெரியும், ஆனா அது இல்ல. இப்ப நான் வந்தேனே அது கூட அப்படித்தான் மொதல்ல தெரிஞ்சது.''

அவன் எழுந்து கொண்டான். அவளுடைய சுய ரூபத்தை வெளிப்படுத்தும் தருணம் வந்துவிட்டதாகவே அவன் கருதினான். இனி அவள் அந்த பொய்யை சொல்லிக்கொண்டிருக்க முடியாது.

வேகமாகச் சென்று அந்தக் கதவைத் திறந்தான். அவன் சந்தேகப்பட்டது போலவே அது குளியல் அறை இல்லை. அதுவும் வழிதான். அதன் இறுதியில் ஒரு திரை தொங்கியது. வேகமாக அதை நோக்கி நடந்தான். திரையை விலக்கிப் பார்த்தான், அது வராண்டாவில் முடிந்தது. அதிர்ச்சியுடனும், அவமானத்துடனும் அங்கு நின்றான். அவள் இன்னொரு முறையும் வென்றுவிட்டதை அவனால் தாங்கிக்கொள்ள முடியவில்லை.

''எங்க போனே? என்ன ஆச்சி உனக்கு?'' என கேட்டுக்கொண்டே நீலா அவனை நோக்கி வந்தாள். எதுவும் சொல்லாமல் பித்துப்பிடித்தவன் போல அவன் நின்றிருந்தது அவளை அச்சத்தில் ஆழ்த்தியிருக்க வேண்டும்.

''பயந்தே போயிட்டேன். ரூமுக்கு போலாம் வா.''

கையைப் பிடித்து அவனைக் கூட்டிச் சென்றாள். எதுவும் பேசாமல் அவன் நடந்தான். கொஞ்சம் நேரத்துக்கு முன் நடந்தவற்றை அவளுக்கு எப்படி சொல்வான்? அவனுடைய இது போன்ற நடத்தையை, அவனை பீடித்துள்ள நோய்க்கூற்றின் ஒரு பகுதியெனவே அவள் எண்ணியிருக்க வேண்டும்.

அவன் மனம் அதிகமே கலக்கமடைந்திருந்தது. இந்த இரண்டு

நாட்களாக நடந்துகொண்டிருப்பதை அறிவுப்பூர்வமாக அவனால் விளங்கிக்கொள்ளவே முடியவில்லை. நீலாவின் வருகைதான் இதை யெல்லாம் கொண்டு வந்ததா? பதினைந்து ஆண்டுகளில் அவள் இருப்பு இப்படித்தான் புதிரான உலகமாக மாறிப் போய்விட்டதா? அதற்குள்தான் அவனை அழைத்து வந்து காட்டிக்கொண்டிருக்கிறாளா? பித்து நிலைக்குத் தள்ளிக்கொண்டிருக்கிறாளா? நீலா, சாந்தியின் குடும்பம், கவிதா, அவள் கணவன் இவர்களெல்லாமே அந்த உலகத்தின் சஞ்சாரிகள்தானா? எதற்கு இப்படியான நிகழ்வுகள்? ஒருவேளை இதெல்லாம் அவன் மீதான இறுதி விசாரணையா?

அவன் மனக் கலக்கத்தை புரிந்து கொண்டவள் போல நீலா சொன்னாள், "டிபன் சாப்பிட்டு படு. தூங்கியெழுந்தா எல்லாம் சரியாயிடும்."

என்ன சரியாய்யிடும்? எதைச் சொல்கிறாள் இவள்?

சாப்பிடும் போது அவள் சொன்னாள், "எனக்குத் தெரிஞ்ச பொண்ணு ஒருத்திய கேன்டீனுக்குப் போற வழியிலப் பாத்தேன். அவ புருஷனுக்கு ஒடம்பு சரியில்லையாம். இங்கதான் கொண்டு வந்து சேர்த்திருக்காளாம்."

அவன் வியப்புடன் கேட்டான், "யாரு?"

"உனக்குத் தெரியாது. எங்கப் பக்கத்து ஊரு அவ."

எட்டு மணி வாக்கில் வேறொரு மருத்துவர் வந்து அவனைப் பரிசோதித்துவிட்டுச்சென்றார். வழக்கமானக் கேள்விகள், வழக்கமானப் பதில்கள். அவன் படுத்துக்கொண்டான். நீலாவிடம் எதுவும் அவன் பேசவில்லை. அவளுடைய எதிர்பார்ப்புகளை, புதிய நம்பிக்கைகளை அவன் தகர்த்துக் கொண்டிருக்கிறானோ எனத் தோன்றியது. ஆனால் எதுவும் விரயமாகிவிடவில்லை. இன்னும் சில நாட்கள் அவனோடு அவள் இருக்கப் போகிறாள். அவளுக்கு நிறைவான தருணங்கள் அதில் நிகழலாம்.

ஒன்பது மணி வாக்கில், இரவுப் பணியில் இருந்த நர்ஸ் வந்து ரத்த அழுத்தத்தை பரிசோதித்துவிட்டுச் சென்றாள். அவள் போனதும் கதவைச் சாத்திவிட்டு வந்தாள் நீலா.

"லைட்ட நிறுத்தட்டுமா?" எனக் கேட்டாள்.

"நைட் லேம்ப் இருக்கு பாரு அதப் போட்டுட்டு மத்ததை நிறுத்திடு" என்றான் அவன்.

அவன் சொன்னது போலவே செய்தாள். அறையில் போதிய வெளிச்சம் இருந்தது. அவளும் படுத்துக்கொண்டாள்.

போர்வையை எடுத்துப் போர்த்திக்கொண்டு கண்களை மூடினான் அவன். மாலையில் நடந்த சம்பவங்களால் ஏற்பட்ட மனத் தோய்வு இல்லையென்றால் இந்த இரவு அவர்களுக்கு வேறு

விதமாக இருந்திருக்கும் என்பதில் சந்தேகமில்லை. இந்தத் தனிமை அவர்களுக்காகவே ஏற்படுத்தப்பட்டது போல இருந்தது. பக்கத்துப் படுக்கையில் இருந்தவர்கள் கிளம்பிப் போனதும் அதற்காகத்தானோ? அவளுக்கும் அந்த எதிர்பார்ப்பு கலைந்துப் போனதில் வருத்தம் இருந்திருக்கும். அது அவள் முகத்தில் தெரிந்தது. அது மருத்துவமனை என்பதும், அதன் நடைமுறைகள் இன்னும் பரிச்சயமாகியிருக்கவில்லை என்பதும் கூட காரணமாக இருக்கலாம். ஆனால் அவன் மனம் கேட்பதாக இல்லை. கட்டிலிலிருந்து இறங்கி அவள் படுத்திருந்த கட்டிலுக்கு அருகே அந்த பிளாஸ்டி நாற்காலியை எடுத்துப் போட்டு உட்கார்ந்தான்.

கண் திறந்து அவனைப் பார்த்து சிரித்தாள் அவள். அவளுடைய கையை எடுத்து அதில் முத்தம் ஒன்றைப் பதித்தான். அவள் எழுந்து அவனை நெருங்கி வந்து உட்கார்ந்தாள். முன்னால் சாய்ந்து அவள் மடியில் தலைப் புதைத்துக் கொண்டான். அது அவனுக்கு இதமாகவும் ஆறுதலாகவும் இருந்தது. அவள் அவன் தலையைக் கோதிக் கொடுத்தாள். அதே நிலையில் சிறிது நேரம் இருந்தவன் நிமிர்ந்து அவளை அணைத்து, இதழ்களைக் கவ்விக்கொண்டான். பதற்றமில்லாமல், அவசரமில்லாமல் அது நடந்தேறியது. பின்னர் அவளை எழுப்பி நின்ற வாக்கில் தழுவிக்கொண்டான். முழுமைகூடிய அந்த தழுவல் அவர்களை ஆவேசப்படுத்தி, நிர்வாணமாக்கி படுக்கையில் கிடத்தியது. அவளுடைய உடலின் ஆகர்சனத்துக்கு, மேலிருந்து இயங்கிய அவன் உடலின் விசை போதாமல் அவனை கீழிறுத்தி மேல் வந்தாள் அவள். அவளுடைய பித்தம் தசைகளைக் கடந்து அவனுக்குள்ளும் இறங்கியது. இதுவரை உணர்ந்திடாத ஒரு பேரிசை அவர்கள் இருவரின் உடலிலும் ஊடுறுவி அவற்றை மாய வெளியில் கரைக்க முயன்றது. இசை முடிந்த போது அவள் சோர்ந்து அவன் மேல் கவிழ்ந்தாள். அதே நிலையில் நீண்ட நேரம் அவள் அவன் மேல் படுத்திருந்தாள். இந்தப் பிணைப்பை தன் உடல் மீண்டும் இழந்துவிடக்கூடாது என அவள் நினைத்திருக்கலாம். குளியல் அறைக்குச் சென்று வந்த பின்னர் இன்னும் ஒரு முறை அந்த உடல்கள் கூடி முயங்கின. அவன்தான் அதிகம் சோர்ந்து போனான்.

நள்ளிரவுக்குப் பின் அவன் வந்து தன் படுக்கையில் படுத்துக் கொண்டான். அவள் உடலின் துடிப்பு ஏற்படுத்திய அதிர்வுகளை அவனுடல் இன்னும் இழக்காமல் அதன் கடைசி தேய்வை கண்டுகொண்டிருந்தது.

தூங்குவதற்கான பிரக்ஞை நிலையை அவன் கண்டபோது, அவள் தேகத்தை மீண்டும் அவன் உடல் உணர்ந்தது. அவள் எழுந்துவந்து அவனருகே படுத்துக் கொண்டாள். அவனை இறுக அணைத்தபடி ஒரு குழந்தை போல அவள் சொன்னாள், ''பொழுது விடியற வரைக்கும் இப்படியே தூங்கப் போறேன்.''

அவனுக்கு முன்பே அவள் துங்கிப் போனாள்.

அவன் கண்விழித்த போது வெளிச்சம் பரவியிருந்தது. அவன் அருகிலோ, அறையிலோ அவள் இல்லை. குளியல் அறையில் தண்ணீர் விழும் சப்தம் கேட்டது.

சிறிது நேரத்தில் கதவைத் திறந்துகொண்டு அவன் மனைவி வெளிப்பட்டாள். அதிர்ச்சியில் சித்தம் கலங்குவது போல இருந்தது அவனுக்கு.

அவள் சிரித்தாள்.

''நீ எப்ப வந்த?''

''இப்பத்தான். கொஞ்சம் நேரத்துக்கு முன்னாடி.''

துண்டை எடுத்து முகத்தைத் துடைத்துக்கொண்டே கட்டிலுக்கு அருகில் இருந்த பிளாஸ்டிக் நாற்காலியில் வந்து உட்கார்ந்தாள்.

அவன் தன் பதற்றத்தை மறைத்தபடி கேட்டான், ''நான் இங்க இருக்கிறத யாரு சொன்னாங்க?''

''எனக்கு ஆளா இல்ல.''

அவள் சிரித்தாள். அவன் அதிகக் குழப்பத்துக்கு ஆளானான்.

''யாருன்னு சொல்லு.''

''நீலாவதி அக்காதான் போன் பண்ணி சொன்னாங்க.''

''நீலாவா?''

''ஆமாம். நீங்க பஸ்டேன்ட்ல விழுந்துட்டதாவும், அதனால உங்கள கொண்டுவந்து இங்க சேர்த்திருக்கிறதாவும் அவுங்கதான் சொன்னாங்க.''

''எப்பப் பேசினாங்க?''

''நேத்து சாய்ந்திரம் ஆறு மணிக்கு மேல இருக்கும். நான் பயந்து போயிட்டேன். விடிகாலமே கிளம்பி பஸ்ஸ புடிச்சி வந்துட்டேன்'' என்றாள் அவள்.

எழுத்தாளனின் வசிப்பிடம்

தேவகி இல்லத்தைக் கண்டுபிடித்து வந்து சேர்ந்து விட்டான். வெயில்தான் அவனை அதிகம் சிரமப்படுத்தி விட்டது. கீழே இரண்டு வீடுகள் இருந்தன. அதே போல மேலேயும் இருக்க வேண்டும் எனத் தோன்றியது. கீழே முதல் வீடு பூட்டியிருந்தது. இரண்டாவது வீடு திறந்திருந்ததால் அங்கு சென்று அவர் பெயரைச் சொல்லிக் கேட்டான். அந்தப் பெண்ணுக்கு அப்படி ஒரு நபர் அங்கிருப்பது தெரியவில்லை. அவர் ஒரு எழுத்தாளர் என்றான். அவள் விழித்தாள். வீட்டு உரிமையாளர் மேலே இருப்பதாகவும் அவரிடம் சென்றுக் கேட்கும்படியும் அவள் சொன்னாள்.

முகப்பிலேயே இருந்த படியில் ஏறி மேலே சென்றான். அங்கும் இரண்டுக் கதவுகள் இருந்தன. ஆனால் அவைத் தனித்தனி வீடுகள் போலத் தெரியவில்லை. லேசாகத் திறந்திருந்த கதவைத் தயக்கத்துடன் தட்டினான். ஒரு நடுத்தர வயது பெண்மணி வந்து திறந்தாள்.

அவர் பெயரைச் சொன்னான்.

அவள் எதுவும் பேசாமல் கதவை விரியத் திறந்துவிட்டு உள்ளே சென்றுவிட்டாள். அது ஒரு வரவேற்பறை போலத் தோன்றியது. அந்த அறையில் இருந்த ஒரு சாப்பாட்டு மேஜைக்கு முன் ஒரு பெரியவர் உட்கார்ந்து சாப்பிட்டுக் கொண்டிருந்தார். அவர் திரும்பிப் பார்த்து "உள்ள வாங்க" என்றார். காலணிகளை கழட்டிவிட்டுவிட்டு உள்ளே சென்றான். தனக்குப் பக்கத்தில் உள்ளே தள்ளியிருந்த ஒரு நாற்காலியை இழுத்துப் போட்டு "உட்காருங்க" என்றார். அவன் தயக்கத்துடன் உட்கார்ந்தான். சாப்பிட்டுக் கொண் டிருப்பவருக்குப் பக்கத்தில் உட்கார்வது அவனுக்கு சங்கட மாக இருந்தது. "தண்ணி குடிங்க" என மேஜையின் மேல்

இருந்த தண்ணீர் நிரப்பப்பட்ட டம்ளரை அவனிடம் கொடுத்தார். அவன் குடித்தான். "சாப்பிடுங்க" என்றார். வழியிலேயே ஒரு இடத்தில் பேருந்து நின்றதாகவும் அங்கேயே சாப்பிட்டுவிட்டு வந்துவிட்டேன் என்றும் அவன் சொன்னான்.

சாப்பிட்டுக்கொண்டே அவர் சொன்னார், "அவன் என் பையந்தான். நீங்க வர்றது அவனுக்குத் தெரியுமா?"

"தெரியும் சார். போன்ல சொன்னேன்."

"காலையில இருந்து இங்கதான் இருந்தான். இப்பத்தான் வெளிய எங்கியோப் போன மாதிரி இருந்தது. நீங்க வர்றது தெரியுமில்லே, அப்ப வந்துடுவான்."

அவனை கவனிக்காமல் அவர் சாப்பிட்டார். அவன் வரும்போதுதான் அவர் சாப்பிடத் தொடங்கியிருக்க வேண்டும். சாப்பாட்டு மேஜையை ஒட்டியது போல உள்ளே செல்வதற்கான கதவு இருந்தது. மற்ற அறைகளுக்கு அதன் வழியாகத்தான் செல்ல முடியும் போலும். அந்த வரவேற்பறையின் ஒரு ஓரத்தில்தான் அந்த சாப்பாட்டு மேஜை இருந்தது. ஜன்னல் ஓரத்தில் ஒரு தையல் இயந்திரம். இடது பக்கம் படியின் கீழ்பகுதி போல ஒரு சந்து அதில் ஒரு கட்டில். அதில் மின் விசிறி உள்ளிட்ட சில பழையப் பொருள்கள் கிடந்தன.

உள்ளே தொலைக்காட்சி ஓடிக்கொண்டிருக்கும் சப்தம் கேட்டது.

அவர் கேட்டார், "எங்கிருந்து வர்றீங்க?"

"சென்னையிலிருந்து வர்றன் சார்."

"அங்க தண்ணிப் பிரச்சினையெல்லாம் எப்படி"

"கொஞ்சம் கஷ்டம்தான் சார்."

"போன வருஷம் ஊரே தண்ணியில மிதந்தது. இந்த வருஷம் தண்ணியே இல்லே. இதுதான் கடவுளோட லீலைங்கிறது."

ஒரு இடைவெளிவிட்டுக் கேட்டார், "நீங்க சாமி கும்பிடுவிங்களா?"

"கும்புடுவேன் சார்."

"சாருக்கு அதெல்லாம் கெட்டப் பழக்கம். அவருக்கு கிருத்திகை கிடையாது அமாவாசை கிடையாது நல்ல நாள் பொல்ல நாள் எதுவும் கிடையாது. கிருத்திகை அன்னிக்கிதான் கறிய கையில புடிச்சிகிட்டு வந்து சமைக்கச் சொல்லுவார்."

அவர் யோசனையுடன் இரண்டு வாய் சாப்பிட்டார். பின்னர் கேட்டார்.

"இவனப் பாக்கவா மெட்ராஸுல இருந்து வந்தீங்க?"

"ஆமாம் சார். அவரோட புக்ஸெல்லாம் படிச்சிருக்கேன். ரொம்ப

நாளா அவர நேர்ல பாத்துப் பேசனும்ன்னு நெனச்சிகிட்டிருந்தேன். இப்பத்தான் டைம் கிடைச்சது.''

''நீங்க என்ன படிச்சிருக்கீங்க?''

''என்ஜினியரிங் முடிச்சிட்டு இப்பத்தான் ஒரு கம்பெனியில வேலைக்கு சேர்ந்திருக்கேன் சார்.''

''இவன் கூட என்ஜினியரிங்தான் படிச்சான். ஆனா எதுக்கு பிரயோஜனம்? படிப்ப முடிச்சதும் கோயம்புத்தூர்ல போயி ஒரு கம்பெனியில வேலைக்குச் சேந்தான். நாலு வருஷமோ என்னமோ அங்க இருந்தான். அப்பவே கல்யாணம் வேற பண்ணிவச்சிட்டோம். அப்புறம் எனக்கு இந்த வேலையெல்லாம் சரிபடாது. கிராமத்துக்கு வந்து இயற்கை விவசாயம் பண்ணப்போறேன்னு வந்தான். எவ்வளவு சொல்லியும் கேட்கல. நாங்களே தண்ணிப் பிரச்சன கூலியாளுப் பிரச்சினைன்னு லோல்பட்டுகினுகீறோம். இவரு வந்து ஒரம் போடாம யூரியாப் போடாம விவசாயம் பண்ணப்போறேன்னு பொட்டியத் தூக்கிக்கினு வந்துட்டாரு.''

சிறிய மௌனத்துக்குப் பின் மீண்டும் பேசினார்.

''இங்க வந்து புஸ்தகம் படிக்கிறேன் கதை எழுறேன்னு ஒக்காந்திருந்தா நெலம் வெளைஞ்சிடுமா? கூட்டம் அது இதுன்னீட்டு ஊர் சுத்தறதே அவருக்கு நேரம் பத்தல. இதல எங்க வெவசாயம் பாக்கிறது? அப்புறம் பேங்கில லோனு போட்டு டவுன்ல போயி கம்ப்யூட்டர் கடை வச்சாரு. கம்ப்யூட்டர்லயே கல்யாணப் பத்திரிக, காதுகுத்து பத்திரிக அடிக்கிறதாம். அதுவும் புரயோஜனப்படல. அவன் எடுத்த சீட்டுக்கெல்லாம் தவணைய நான் தான் கட்டுனேன். லோனுக்கு நோட்டீஸ் வந்துடுச்சி. அதையும் நான் தான் அடைச்சேன்.''

அப்போது இரண்டு இளைஞர்கள் வீட்டுக்குள்ளிருந்து வெளிப்பட்டதும் அவர் பேச்சை நிறுத்தினார். அவர்கள் அந்த வரவேற்பறையின் ஒரு மூலையில் போய் காலணிகளை மாட்டிக் கொண்டார்கள். அதில் ஒருவன் ஷு அணிந்தான். அவர்கள் சகோதர்கள் போல் தோன்றினார்கள். அவர்கள்தான் எழுத்தாளரின் மகன்களாக இருக்க வேண்டும் என இவன் யூகித்துக்கொண்டான். கதவுக்கு வெளிய சென்றவர்கள், 'போய்ட்டு வரம்மா' என்று உள்ளே பார்த்து சொல்லிவிட்டு விடைபெற்றுச் சென்றார்கள்.

சாப்பிடுவதை நிறுத்திவிட்டு அவனைப் பார்த்து மீண்டும் பேசத் தொடங்கினார். அவன் சங்கடத்துடன் கேட்டுக்கொண்டிருந்தான். அவன் தேடி வந்த மதிப்பு மிக்க எழுத்தாளனை உபயோகமில்லாத ஒரு ஆள் என அவருடைய தந்தையேச் சொல்லிக்கொண்டிருப்பது அவனை வருத்தமடையச் செய்தது. ஆனால் அவனுக்கு இது வியப்பாக இல்லை. இலக்கியம் படிப்பவர்கள் எல்லோருடைய வீட்டிலும் நடப்பதுதானே என அவன் எண்ணிக்கொண்டான்.

அவர் சொன்னார்,

"திடீர்ன்னு ஒரு நாளு வந்து எனக்கு பத்திரிகையில வேலை கெடைச்சிருக்கு. நான் போகப்போறேன்னு சொன்னான். நான் கேட்டேன் அப்ப இந்த கம்ப்யூட்டர் கடைய என்ன செய்யறதுன்னு. காலிப் பண்ணிடலாம்ன்னு சொல்லிட்டான். சரின்னு நானும் விட்டுட்டேன். அவன் அதலப் போயி சேர்ந்தான். இந்த கம்ப்யூட்டர் சென்டர மூணு மாசம் அவன் பொண்டாட்டிப் பாத்துகிச்சி. அப்ப றம் அதையும் மூடிட்டு கடைக்கு குடுத்த அட்வான்ஸ வாங்கி கடனை அடைச்சிட்டுப் போயிட்டான். அங்கியும் ஒரு வருஷத் துக்கு மேல தாக்குப்புடிக்கமாட்டான்னுதான் நினைச்சோம். எப்படியோ பத்து வருஷம் இருந்துட்டான். மாசம் ஆயிரம் ரெண்டா-யிரம் குடுப்பான். அத வச்சிகிட்டு ரெண்டு பசங்கல படிக்க வைக்க முடியுமா? நெலத்து வருமானம் இல்லேன்னா மானம் போயிருக்கும். அந்தப் பொண்ணு சாமார்த்தியமா குடும்பம் நடத்தாம அவன மாதிரியே இருந்திட்டிருந்தா என்ன ஆவறது?"

முதலில் வைத்த சாப்பாட்டை சாப்பிட்டு முடித்த அவர் எதிரிலிருந்த பாத்திரத்திலிருந்து அவரே சாதம் போட்டுக்கொண்டு ரசம் ஊற்றி சாப்பிட ஆரம்பித்தார்.

இன்னும் அவருக்கு தன் மகன் மீது சொல்லுவதற்கு குற்றச்சாட்டுகள் இருந்திருக்க வேண்டும். அவர் கோபப்படாமல் நிதானமாகவே பேசினார். ஏற்கெனவே இப் பேச்சு அவர் மனதில் பல முறை பேசப்பட்டு தனது உணர்வுகளை இழந்துவிட்டிருந்ததோ என்னவோ, அதில் லேசாக நாடகத் தன்மை கலந்திருப்பது போலத் தோன்றியது.

"சம்பளம் என்னவோ நல்ல சம்பளம்தான். எல்லாத்தையும் குடிச்சே அழிச்சா. எங்கிருந்துதான் அந்த பழக்கம் வந்திச்சோத் தெரியல. பொண்டாட்டி இருக்கே ரெண்டு புள்ளைங்க இருக்கே அவசரத்துக்குன்னு கொஞ்சம் காசு சேத்து வைப்போம்ங்கிற எண்ணம் இருந்தா இப்படி ஆடியிருப்பானா? இப்ப ஒடம்பையும் கெடுத்துகினு வேல்லய வுட்டுட்டு வீட்டுக்கு வந்தாச்சி. இப்ப என்ன செய்வ? காசு எங்கிருந்து வரும்? இந்த வூடு கூட அவனுக்கு சொந்தமில்லே. மாமியார் வூடு. இங்கியே எத்தன நாளைக்கி இருந்திடுவே. அந்தம்மாவே அவுங்க புருஷன் பென்ஷன்ல காலத்தத் தள்ளிகிட்டிருக்கு. அதையும் பங்கு போட்டுகிட்டா அவுங்களுக்கு வயிறு எரியாதா? கோவம் வந்தா நாளு வார்த்த பேசத்தான் செய்வாங்க. அதையும் கேட்டுக்கத்தான் வேணும். ஏன்னா உன் பொழப்பு அப்பிடி. பொறுப்பில்லாம இருந்தா யாருக்குக் கோவம் வராது?"

இங்கே கொஞ்சம் இடைவெளிவிட்டார்.

"அவன் பன்றது அவன் பசங்களுக்கே புடிக்கல. வெறுக்க ஆரம்பிச்சிட்டாங்க. சின்னவன் பரவாயில்ல. பெரியனுக்கு அப்படி ஒரு கோவம் இவன் மேல. மரியாதை இல்லாமப் பேச ஆரம்பிச்சுட்டான்.

இதுக்கு நடுவுல அந்த பொண்ணு பாவம் மாட்டிகினு முழிக்கிது.''

உள்ளே ஓடிக்கொண்டிருந்த தொலைக்காட்சி பெட்டி சட்டென்று அடங்கியது. அவரும் பேச்சை நிறுத்திவிட்டதால் அங்கே ஒரு நிசப்தம் கவிழ்ந்தது.

பின்னர் இரண்டு பெண்கள் தங்களுக்குள் ஏதோ பேசிக்கொள்வது கேட்டது.

அவர் அவனைப் பார்த்து புன்னகையுடன் சொன்னார், ''பக்கத்துல ஒரு ரூம் இருக்கு. அதுதான் அவன் ரூம். நீங்க அங்கப் போயி இருங்க, வந்துடுவான்.''

அவன் எழுந்து வெளியே வந்தான். சற்று தள்ளி அந்தக் கதவு தென்பட்டது. அது திறந்தே இருந்தது. அவர் சொல்வது கேட்டது. ''உள்ள பிளாஸ்டிக் சேர் இருக்கும் போயி உட்காருங்க''

அவன் அந்த அறைக்குள் நுழைந்தான். முன்னே ஒரு சிறிய அறையும் பின்னால் ஒரு பெரிய அறையும் தென்பட்டன. முன்னால் இருந்த அறையில் அரிசி மூட்டைகள் அடுக்கி வைக்கப்பட்டிருந்தன. கைவிடப்பட்ட பிளாஸ்டி பொருள்கள், ஒரு பழைய மின் மோட்டார், மருந்தடிக்கும் ஸ்பிரேயர் என அடைத்துக்கொண்டிருந்தன. அதைத்தாண்டி உள் அறைக்குப் போனான். அதுதான் அவருடைய அறையாக இருக்க வேண்டும். அங்கே ஒற்றை ஆள் படுக்கக் கூடிய ஒரு திவான் கட்டிலும் ஒரு கணினியும் பிரதானமாக இருக்க மீதி இடத்தை இரண்டு பீரோக்கள், குளிர்பதனப்பெட்டி, வாஷிங் மெஷின், அட்டைப் பெட்டிகள் என அடைத்துக்கொண்டிருந்தன. சுவர் ஓரம் மெத்தைத் தலையணைகள், போர்வைகள் என அடுக்கி வைக்கப்பட்டிருந்தன. அலமாரியில் கொஞ்சம் புத்தகங்கள் தென்பட்டன. மீதி இடத்தில் பாத்திரங்கள் அடுக்கி வைக்கப் பட்டிருந்தன. மேலே இருந்த ஸ்லாப்பிலும் அண்டா குண்டா பாத்திரங்கள் ஏராளமாக இடம்பிடித்திருந்தன. பூமியின் ஒரு சிறு அசைவில் அவையெல்லாம் கீழே வந்து விழும் காட்சி சட்டென்று அவனுக்குள் எழுந்து அச்சமூட்டியது.

அந்த இடம் தந்த வியப்புடன் அவன் அங்கிருந்த பிளாஸ்டிக் நாற்காலியில் உட்கார்ந்தான். வழி தவறி வேறு யாரையோ பார்க்க வந்துவிட்டோமோ என்றும் தோன்றியது. மேலும் அவருடைய தந்தை பேசிய பேச்சி அந்த எழுத்தாளன் மீது ஒரு பரிதாப இருளைப் பாய்ச்சி இருந்தது. எழுத்தாளர்கள் பெரும்பாலும் பிரதாபத்துக்குறியவர்கள்தான் என்றாலும் இது அந்தோ பரிதாபம் போல அவனுக்குத் தோன்றியது.

கட்டிலின் மேல் சில புத்தகங்கள் இரைந்து கிடந்தன. அதற்குப் பக்கத்தில் சில புத்தகங்கள் அடுக்கி வைக்கப்பட்டிருந்தன. கட்டிலின் மேலிருந்த ஒரு புத்தகத்தை எடுத்துப் பார்த்தான். அது செர்வான்டிஸ் எழுதிய டான் குயிக்ஸாட் நாவலின் முதல் பாகம். அந்த வீரத்திருமகன்

குதிரையில் ஏறி காற்றாலையை நோக்கிச் செல்வது போலவும் அவனுடைய உதவியாளன் சான்கோ பான்ஸா கழுதையில் அமர்ந்து அவனைப் பின் தொடர்வது போலவும் அதன் அட்டையில் படம் இடம்பெற்றிருந்தது.

அறைக்குள் யாரோ நுழைவது தெரிந்தது. அவன் புத்தகத்தை வைத்துவிட்டுத்திரும்பிப்பார்த்தான். வீட்டில்சாப்பிட்டுக்கொண்டிருந்த பெரியவர்தான் புன்னகையுடன் தட்டுத்தடுமாறி நடந்து உள்ளே வந்தார். அவருக்கு காலில் ஏதோ பிரச்சினை என்பதை உணர்ந்துகொண்டான். வந்தவர் அவன் எதிரே நின்று கை நீட்டினார்.

''நான் தான் நீங்கள் தேடி வந்த எழுத்தாளன்'' என்றார்.

அவன் அவர் கையை பிடித்து குலுக்கிவிட்டு அதிர்ச்சியுடன் பார்த்துக்கொண்டிருந்தான். அவர் கணினிக்கு எதிரே இருந்த நாற்காலியில் உட்கார்ந்தார்.

''சொல்லுங்க எப்படி இருக்கீங்க'' என்று சிரித்தார்.

''சார்...''

''சாரெல்லாம் வேணாம், பேரிட்டே கூப்பிடுங்க.''

அவன் அந்த குழப்ப மனநிலையிலிருந்து மீள முடியாமல் அவரையேப் பார்த்துக்கொண்டிருந்தான்.

அவர் சொன்னார், ''மன்னிக்கனும். ஒரு சின்ன ட்ராமா. அதல நீங்க வந்து சிக்கிட்டீங்க.''

அவனுக்கு எதுவும் புரியவில்லை. விளக்கம் கேட்கவும் முடியவில்லை.

''நீங்க புத்தகத்தில பாத்த போட்டோவுக்கும் நேர்ல பாக்கிறதுக்கும் பெரிய வித்தியாசம் இருக்கு இல்லே? அடையாளமே தெரிஞ்சிருக்காது. அதெல்லாம் பதினஞ்சி வருஷத்துக்கு முன்ன எடுத்த படங்க. அப்ப முடி நரைக்கல. என்ன இப்பக் கொஞ்சம் வயசாயிடுச்சி, கொழந்தைங்கெல்லாம் தாத்தான்னு கூப்பிட்றாங்க..''

அவர் சிரித்தார். அவனும் சங்கடத்துடன் சிரித்தான்.

ஆப்பிள்

அவள் கதவைத் திறந்தாள். கையில் ஒரு பையுடன் அவன் நின்றிருந்தான். வியப்புடன் அவனைப் பார்த்தாள். அவன் முகத்தில் ஒரு அசட்டுச் சிரிப்பு. இந்த வெயில் நேரத்தில் வேர்த்து விறுவிறுக்க எதற்காக இங்கே வந்திருக்கிறான்? ஆனால் அவனை உள்ளே அழைத்தே ஆக வேண்டும் என்பதால் அழைத்தாள். அவன் வந்தான். வரவேற்பறையில் இருந்த பிளாஸ்டிக் நாற்காலியில் அவனை அமர வைத்தாள். மின் விசிறியை இயங்கச் செய்தாள்.

'எப்படி இந்த விலாசத்தை கண்டு பிடித்தான்? பதினேழு ஆண்டுகள் கழித்து எதற்காக இப்போது தேடி வந்திருக்கிறான்?' இதுதான் அவளுக்குள் எழுந்த கேள்விகள்.

முந்தைய சம்பவங்களின் கறுத்த நினைவுகள் காரணமாகவும், முன் அறிவிக்காமல் தன் வருகையை நிகழ்த்தியதற்காகவும், தன் அரை போதை நிலைக்காகவும் அவனுள் ஒரு குற்ற உணர்வு எழுந்து பேசவிடாமல் செய்திருந்தது. விலாசம் கிடைத்து ஒரு மாதம் ஆகியும் அவளைப் பார்ப்பதை தள்ளிப்போட்டுக் கொண்டே வந்திருந்தான். தன் பாதையில் மீண்டும் அவள் எதிர்படு வதைத் தவிர்த்துவிடலாம் என்பதே அவன் முடிவாக இருந்தது. ஆனால் பழைய அனுபவங்களின் இதமான மிச்சங்களும், சமீபத்தில் நடந்த அவளுடைய மகளுடனான சந்திப்பும், அவளை மீண்டும் பார்க்கும் எண்ணத்தை தூண்டியிருந்தன. தன்னை உதாசினப்படுத்திவிடுவாளோ என்ற அச்சத்தைப் போக்கியது இப்போது அவனுக்குக் கிடைத்திருக்கும் ஒரு அற்ப வஸ்துதான். அதைப் பயன் படுத்துவது கீழ்த்தரமான காரியம் என்றே தோன்றினாலும் அவளை மீண்டும் அடைவதற்காக எதையும் செய்யக் கூடியவனாகவே அவன் மாறியிருந்தான். ஆனால் ஒரு

தயக்கம். இன்று பிற்பகல் வீட்டில் மது அருந்திய போது அந்தத் தயக்கம் தகர்ந்து இங்கு அவனைக் கொண்டு வந்து நிறுத்திவிட்டது.

தனக்காக வாங்கியிருந்த ஒரு கிண்டில் இயந்திரத்தை அவள் மகளுக்குக் கொடுப்பதற்காக கொண்டுவந்திருந்தான். அது ஒரு தூண்டில். கூடவே இரண்டு கிலோ ஆப்பிள்களையும் வாங்கிக்கொண்டான். ஆமாம் அவளுடைய நினைவுகளுடன் எப்போதும் கலந்து வருவது இந்த ஆப்பிள்கள்தான். அவள் வீட்டுக்குச் செல்லும் ஒவ்வொரு முறையும் அவனுக்காக ஆப்பிளை அரிந்து கொண்டுவந்து வைப்பாள். அவனுக்கு வியப்பாக இருக்கும், இந்த தரித்திர நிலையிலும் அவளால் ஆப்பிள்களை எப்படி வீட்டில் வாங்கி வைக்க முடிகிறது என்று.

ஆரஞ்சு நிற குளிர்பானம் ஒன்றை டம்ளரில் ஊற்றி வந்து அவனிடம் கொடுத்தாள். அவன் குடித்தான். அவள் அவனுக்கு எதிரே சுவரில் சாய்ந்து நின்று கொண்டாள். இது ஒரு பழைய பாணியிலான வீடுதான். வரவேற்பறை கூட பகட்டில்லாமல் எளிமையாகவே இருந்தது. ஆனால் அவள் அணிந்திருந்த இரவு உடை, முகத்தை சீர்செய்திருந்த விதம் அவளைப் பொலிவாகவே காட்டியது. முன்பைவிட சற்றே எடை கூடித் தெரிந்தாலும் அந்த வசீகரம் அப்படியே அவளிடம் தங்கியிருந்தது.

உரையாடலின் தொடக்கம் இசைவான கதியிலும், பழைய நாட்களின் தொடர்ச்சியையும் கொண்டிருக்க வேண்டும் என அவன் விரும்பினான்.

அவன் கேட்டான், ''பையனும் பாப்பாவும் என்ன படிக்கிறாங்க?''

''பாப்பா எம்ஏ இங்கிலீஸ் கடைசி வருஷம். பையன் பாலிடெக்னிக் முடிச்சிட்டு இங்கதான் ஒரு கடையில வேலை செய்றான்.'' சிறிது இடைவெளிவிட்டு அவள் கேட்டாள், ''வீட்டை எப்படி கண்டுபிடிச்சீங்க?''

அவன் சிரித்தான். தயக்கத்துடன் சொன்னான், ''ரெண்டு மூணு வருஷமாகவே உன்னையும் பசங்களையும் பார்க்கனும்ன்னு தோணிக்கிட்டே இருந்தது. போன் நெம்பர் கிடைக்குமான்னு சில பேருக்கிட்டக் கேட்டேன் யாருக்கும் தெரியல. நீ எங்க இருக்கேன்னு கூட தெரியல. அப்புறம் ஒரு நண்பர்கிட்ட பேசிக்கிட்டிருந்தப்ப நீ இங்கதான் இருக்கேன்னு தோராயமா சொன்னார். ஆனா அட்ரஸ் அவருக்குத் தெரியல. பிறகு நானே கண்டுபிடிச்சிட்டேன்.''

அவள் கேட்டாள், ''பசங்க என்ன பண்றாங்க?''

''ஒருத்தன் பெங்களூர்ல ஒரு ஐடி கம்பெனியில இருக்கான். இன்னொருத்தன் இப்பதான் என்ஜினியரிங் முடிச்சிருக்கான்.''

சிறிது யோசனைக்குப் பிறகு அவன் சொன்னான், ''அண்ணன் இறந்தப்ப நான் சென்னையில இருந்தேன். ஊருக்கு வந்திருந்தப்ப அம்மாதான் தகவல் சொன்னாங்க.''

ஜீ.முருகன் ✦ 69

எந்த உணர்ச்சியும் காட்டாமல் மௌனமாக அவள் நின்றாள்.

"திடீர்னு எப்படி? ஹார்ட்அட்டாக்கா? மொத அட்டாக் வந்தப்ப நான் ஊர்லதான் இருந்தேன். வேலூர்ல ஆஸ்பத்திரியில சேர்த்திருக்கிறதா சொன்னாங்க"

"நான்தான் வெஷம் வச்சிக் கொன்னுட்டேன்."

சங்கடத்துடன் அவளைப் பார்த்தான்.

"ஊருக்கே தெரியுது உங்களுக்கு தெரியாதா? அப்படித்தான் சொல்லிக்கிட்டிருக்காங்க." விரக்தியுடன் அவள் சொன்னாள்.

இக்கதையை அவனும் கேட்டிருக்கிறான். அதை நம்பவும் செய்தான். அப்துல்லாவுடன் அவளுக்கு நட்பு ஏற்பட்டுவிட்டது என்றும் குடும்பத்தையே அவன்தான் பார்த்துக்கொள்வதாகவும் அவன் அம்மா சொன்னாள். அதன் காரணமாகவே தன் கணவனை அவள் விஷம் வைத்து கொன்றுவிட்டாளாம். ஊர் முழுவதும் கடன் வாங்கிவிட்டு பிரயோஜனமற்றுத் திரிந்துகொண்டிருந்த அவள் கணவனை அவள் அப்புறப்படுத்தியது ஒன்று தம்பில்லை என்றே அவனுக்கு அப்போதுத் தோன்றியது. ஆனால் அப்துல்லாவின் மீது பொறாமை எழுந்தது. அவளுடன் அவன் சல்லாபித்துக்கொண்டிருக்கிறான் என்பதை மனம் ஏற்றுக்கொள்ளவில்லை. உண்மையில் அவளுடைய கணவன்கூட அவளுக்குப் பொறுத்தமற்றவன்தான். 'அவளுடைய வசீகரத்துக்கு எந்த விதத்தில் ஈடானவர்கள் அவர்கள்? அவளுடைய உடலை முழுதாக கொண்டாடக்கூடியவர்களா அவர்கள்?'

அவன் அவளை சங்கோஜமின்றி உற்றுப் பார்த்தான்.

அதை தவிர்க்கும் விதமாக அவள் கேட்டாள், "உன் வீட்டுக்காரி எப்படி இருக்கா?"

அவன் மனைவி மீதான கோபம் இவளிடம் இன்னும் அப்படியே இருக்கிறது போலும். விஷயம் கசிந்ததும் அவன் மனைவி ஒருநாள் தெருவில் வைத்து இவளை அவமானப்படுத்திவிட்டாள். வீட்டையே காலிப் பண்ணிக்கொண்டு வேறு இடத்துக்குக் குடிபெயரும் நிலை ஏற்பட்டுவிட்டது. ஒருவிதத்தில் அது அவனுக்கு வசதியாகப் போய்விட்டது. மனைவியின் கண்காணிப்புக்கு அப்பாற்பட்ட இடத்தில் அவளை சந்திக்க வாய்ப்பாக அது அமைந்துவிட்டது.

அவளுடைய கேள்விக்கு ஒரு அசட்டுப் சிரிப்பையே பதிலாக அளித்தான். ஆனால் அவன் மனைவி மீதான அவனுடைய அதிருப்தியை இங்கே வெளிப்படுத்த வேண்டும் என அவன் விரும்பினான். இது இவளுக்கு மகிழ்ச்சி தரலாம். மேலும் அவன் மனைவியுடனான சமீபத்திய கசப்பை மிகைப் படுத்தி இரக்கத்தை ஏற்படுத்திவிட வேண்டும் என்ற திட்டமும் மனதில் சட்டென்றுத் தோன்றியது.

"அவ அப்படியேத்தான் இருக்கா. கொஞ்சமும் மாறல." சிறிது

இடைவெளிவிட்டு அவன் சொன்னான், ``மனசுல கொஞ்சமாவது பாசம் இருக்கனும், இல்ல மரியாதையாவது இருக்கனும். இல்லேன்னா எல்லாம் இயந்திரம் மாதிரிதான். கடமைக்கேன்னு கால விரிக்கிற பொண்டாட்டியால எந்த ஆம்பளையும் சந்தோஷமா இருக்கவே முடியாது. இப்ப ஒரு வருஷமா அது கூட இல்லே.''

அவள் சிரித்துக்கொண்டே கேட்டாள், ``ஒரு வருஷமா எதுவும் இல்லாமதான் இருக்கீங்களா?''

``ஆமாம். அவளத் தொட்டு ஒரு வருஷம் ஆச்சி.''

``என்னை மாதிரி வெளியிலகூட எவளும் கிடைக்கலையா என்ன?''

அவளுடைய கேள்வி ஒரு தாக்குதல்தான். சற்று கோபத்துடன் அவளை உற்றுப் பார்த்தான். அவள் அவனை நேரடியாகப் பார்க்காமல் தலைக் குனிந்துகொண்டாள்.

அவனுடைய எண்ணத்தையும் தந்திரத்தையும் நன்கு அறிந்தவள் இவள். இந்த விஷயத்தில் பொய் சொன்னால் எடுபடாது என்பது அவனுக்குத் தெரியும். ஒரு புன்னகையில் அவனுடைய முட்டாள்தனத்தை நகையாடிவிடுவாள். கணவனின் கையாளாகாத் தனமும், பண நெருக்கடியும், வீட்டுக்கு வரும் கடன்காரர்களால் ஏற்பட்ட அவமானமும்தான் அவளை வீழ்த்தி ஒன்றும்மற்றவளாக ஆக்கிவிட்டது, இயலாமைக்குள் தள்ளிவிட்டது. ஆனால் அவளுடைய சாமார்த்தியத்தால்தான் இரண்டு குழந்தை களையும் வளர்க்க முடிந்திருக்கிறது. அவளுடைய மகள் சட்டென்று ஞாபகத்தில் வந்தாள். தன் பெண்ணைப் பற்றி அவளுக்குத் தெரியுமா? தெரிந்தேதான் இதெல்லாம் நடக்கிறதா?

அவளுக்கு முன் சற்றே உண்மையாகவும் இருக்க தலைப்பட்டான். இது அவன் மீது ஒரு நம்பிக்கையை ஏற்படுத்தும். மேலும் அவன் சொல்லப்போகும் விஷயத்தால் அவளுக்கு அவன் மேல் கருணை எழவும் வாய்ப்பிருக்கிறது. ஒரு அசட்டுச் சிரிப்பை வரவழைத்துக்கொண்டு அவன் சொன்னான்.

``ரெண்டு முறை ஓட்டல்ல ரூம் போட்டு தங்கினேன். நண்பர் ஒருத்தர் ஏற்பாடு செய்ஞ்சார். ஆனா எனக்கு அது பிடிக்கல. ஏதோ பெரிய தப்புப் பண்ற மாதிரி இருந்தது. அப்புறம் அந்த எழுவெல்லாம் வேணாம்ன்னு விட்டுட்டேன்.''

இருவரும் சிறிது நேரம் எதுவும் பேசிக்கொள்ளவில்லை. அவன் என்ன நோக்கத்தோடு வந்திருக்கிறான் என்பது அவளுக்குத் தெளிவாகத் தெரிந்துவிட்டிருந்தது. அதை அவனும் உணர்ந்துகொண்டுவிட்டான்.

அப்போதுதான் ஞாபகம் வந்தவன் போல தான் கொண்டுவந்திருந்த பையை பக்கத்திலிருந்து எடுத்து அவளிடம் கொடுத்தான்.

``எதுக்கு இதெல்லாம்? வீட்டுக்கு எடுத்துக்கிட்டு போங்க'' என்றாள்.

அதை வாங்கிக்கொள்வதில் அவளுக்கு விருப்பம் இல்லை என்பது புலப்பட்டது.

"ரொம்ப நாள் கழிச்சி வீட்டுக்கு வர்றோம். வெறும் கைய வீசிக்கிட்டா வர்றது? பசங்க சாப்பிடுவாங்க வாக்கிக்க" என்று எழுந்து அவளிடம் நீட்டினான். அவன் நீண்ட நேரம் நீட்டிக்கொண்டிருப்பதால் சங்கடப்பட்டவளாக வாங்கிக் கொண்டாள். வாங்கி அவனுக்கு எதிரிலிருந்த டீப்பாயின் மேலேயே வைத்தாள்.

அவன் சொன்னான், "இதல பாப்பாவுக்கு படிக்க உதவுமேன்னு கிண்டில் ஒன்னு வாங்கியாந்தேன். சின்னவன் வேணும்ன்னு கேட்டான். ரெண்டா வாங்கிட்டேன்."

அந்தப் பையை விரித்து அதிலிருந்த அட்டைப் பெட்டியை எடுத்து அவளிடம் நீட்டினான்.

அவள் குழப்பத்துடன் அதை கையில் வாங்கிப் பார்த்தாள். அவளுக்கு அது என்ன பொருள் என்பது புரியவில்லை. பிரிக்கவும் மனமில்லாமல் அவனைப் பார்த்தாள்.

அவன் சொன்னான், "புஸ்தகம் பட்டிக்கிறது போல இதலப் படிக்கலாம். செல்போன் மாதிரிதான். ஆனா கொஞ்சம் அகலமா இருக்கும்."

"இதெல்லாம் இப்ப எதுக்கு வாங்கியாந்தீங்க? என்ன விலை இது?" என்று அவள் சற்றே அதிருப்தியுடன் கேட்டாள்.

"பெருசா ஒன்னுமில்லே. அஞ்சாயிரம்தான். படிக்கிற பசங்களுக்கு ரொம்ப உதவியா இருக்கும்."

அதை அவனிடமே திரும்ப நீட்டினாள். "இதெல்லாம் எங்களுக்கு வேணாம். திரும்ப எடுத்துகிட்டு போயிடுங்க."

அதை வாங்கி டீப்பாயின் மேல் வைத்துவிட்டு வியப்புடன் அவளைப் பார்த்தான். அவள் முகம் சங்கடத்தில் வெளிறித் தெரிந்தது.

அவள் சொன்னாள், "முன்ன மாதிரி எதுவும் இல்ல. பசங்க பெரியவங்களா ஆயிட்டாங்க. குடும்ப கஷ்டத்தை சின்ன வயசிலேயே அனுபவிச்சிட்டதால சில விஷயங்களப் புரிஞ்சிக்கிறாங்க. இல்லேன்னா என் பொழப்பு நாறிப் போயிருக்கும். காறித் துப்பியிருப்பாங்க."

அவன் அவளைப் பார்ப்பதைத் தவிர்த்தான். தேவையில்லாத சிக்கலை உண்டு பண்ணிவிட்டதாக அவனுக்குத் தோன்றியது. ஆனால் மனம் இன்னும் சமாதானம் அடைந்தது போலத் தெரியவில்லை. அவன் விசாரித்து அறிந்த வரை அப்துல்லாதான் இன்னும் வந்து போய்க்கொண்டிருக்கிறான். அவனுடைய இடத்தை எளிதாகத் தன்னால் நிரப்ப முடியும் என்றே தோன்றியது. அவனைவிட அவளுக்கு ஆதரவாக தன்னால் இருக்க முடியும். அதற்குறிய பொருளாதார பலம்

இப்போது அவனிடம் இருக்கிறது. இந்த மாற்றத்தை மனப்பூர்வமாக அவள் ஏற்றுக்கொண்டுவிட்டால் அவனுக்கும் மகிழ்ச்சி, அவளுக்கும் உதவியாக இருக்கும். இதை எப்படி புரியவைப்பது என்று அவனுக்குத் தெரியவில்லை. காலம் கடந்துவிட்டது, எதையும் சரி செய்ய முடியும் என்று தோன்றவில்லைதான். பதினேழு வருஷங்கள் எல்லாவற்றை மாற்றித்தான் வைத்திருக்கிறது. யார் இல்லை என்றது? ஆனால் காலம் கடந்தும் இருவரும் இவ்வளவு நேரம் இணக்கத்துடன் பேச முடிகிறதென்றால் முந்தையதன் தொடர்ச்சிதானே இது? எதுவும் முழுதாக அறுந்து போகவில்லையே? இருவருக்கும் பரிமாறிக்கொள்ள ஏதோ நன்றிக்கடன் இருக்கத்தானே செய்கிறது?

அவன் சொன்னான், ''பழசையெல்லாம் மனசுல வச்சிக்கிட்டு பேசற மாதிரி இருக்கு...'' ஆமாம் அவள் பெயரைச் சொல்லிப் பேசவேண்டும் என்பதை இங்கு சட்டென்று உணர்ந்தான். ''...கவிதா. நான் முன்ன மாதிரி இல்ல. அந்த கோபம் திமிர் எல்லாம் அடங்கிப் போயிடுச்சி. அப்ப உன்கிட்ட நான் கொஞ்சம் கடுமையாத்தான் நடந்துகிட்டேன். அதையெல்லாம் நெனச்சா இப்பக்கூட வருத்தமாத்தான் இருக்கு. அது ஒரு முட்டாள்தனம். அதனால எனக்குத்தான் பெரிய இழப்பு. அத நெனச்சி பல முறை வேதனப்பட்டிருக்கேன். உண்மையச் சொல்லனும்னா உன்னோட இருந்தப்பதான் நான் சந்தோஷமா இருந்திருக்கேன்.''

அவள் சற்று கடுமையான தொனியில் சொன்னாள், ''பழையக் குப்பையையெல்லாம் எதுக்கு கிளறிக்கிட்டிருக்கீங்க. நேரமாகுது, பசங்க வருவாங்க. அவளுக்கு காலேஜ் முடிஞ்சிருக்கும்.''

ஆமாம், அவள் அவனை அங்கிருந்து கிளம்பிப் போகச் சொல்கிறாள். இது அவனுக்கு அவமானமாக இருந்தது. இங்கு வந்திருக்கக் கூடாதுதான். ஆனால் வந்துவிட்டான். இதே நிலையில் போனால் இன்னொரு நாளைக்கு என்ன சொல்லிக்கொண்டு இங்கு வருவது? அவனுக்கு ஏமாற்றமும் ஆத்திரமும் பித்தமும் தலைக்கு ஏறிக்கொண்டிருந்தது.

அவன் சொன்னான், ''எதையும் யோசிக்காமப் பேசாத கவிதா. நான் உனக்கு உதவனும்னு நினைக்கிறேன். அந்த பாய் எத்தனை நாளைக்கு இதே மாதிரி இருப்பான்னு நினைக்கிற?''

அவள் ஆத்திரத்துடன் அவனை முறைத்துப் பார்த்துக் கேட்டாள், ''யார் உனக்குச் சொன்னது?''

அவள் அவனை ஒருமையில் அழைப்பது இதுவே முதல் முறை. ஆனால் இதை அவன் பெரிதுபடுத்த விரும்பவில்லை.

அவன் சொன்னான், ''ஊருக்கே தெரிஞ்சிருக்கு...''

''தெரிஞ்சி ஏன் இங்க வந்தீங்க?''

அவன் தலையைப் பிடித்துக்கொண்டு குனிந்தான். எப்படி இதிலிருந்து தப்பித்துப் போவது என்று அவனுக்குத் தெரியவில்லை.

அவன் சொன்னான், "தெரியாம வந்துட்டேன் கவிதா. ஆனா முன்ன நான் எப்படி விரும்பினேனோ அதைவிட அதிகமா இப்ப விரும்பறேன். சத்தியமா இதுதான் உண்மை. இல்லேன்னா இவ்வளவு தூரம் வந்திருக்க மாட்டேன், இப்படி அவமானப்பட்டுக்கிட்டு உட்கார்ந்திருக்க மாட்டேன். உண்மையச் சொல்லனும்ன்னா நீ அவனோட வாழறத என்னாலத் தாங்கிக்க முடியல. அவனவிட ஆயிரம் மடங்கு என்னால சந்தோஷமா வச்சிக்க முடியும்."

ஒரு பைத்தியக்காரனைப் பார்ப்பது போல்தான் அவனைப் பார்த்தாள். அவன் சொன்னது அவளுக்கு அப்படிப்பட்ட உலறலாகத்தான் தோன்றி-யிருக்க வேண்டும். இல்லை என்றால் இந்த சூழலிலும் அவளால் சிரித்திருக்க முடியுமா?

"தேவிடியான்னு திட்றதுக்கும் அடிக்கிறதுக்கும் உனக்கு வேற ஆளு கிடைக்கிலையா? அதுக்குத்தானே என்னத் தேடி வந்திருக்கே? பழசையெல்லாம் மறந்துடுவேன்னு நினைச்சியா? அதெல்லாம் என்னால முடியாது. எப்படி மறக்க முடியும்? என் புருஷன் கூட என்ன கை நீட்டி அடிச்சதில்ல. ஆனா உன்கிட்ட அடி வாங்கினேன். கேட்கவேக் கூடாத வார்த்தையையெல்லாம் கேட்டேன். அத நினைச்சா இப்பக் கூட என் ஒடம்பு கூசுது. உன் பொண்டாட்டிய நீ அப்படி கை நீட்டி அடிச்சிருப்பியா? அடிச்சிருந்தா அவதான் உன்ன சும்மா விட்டிருப்பாளா? யாரு கிட்ட வந்து கதை அளக்கிற. மொதல்ல நீ இங்கிருந்து போயிடு, அதுதான் உனக்கும் நல்லது எனக்கும் நல்லது."

அவன் பதற்றத்துடன் எழுந்து நின்று கொண்டான். அவன் உடல் அதிரத்தொடங்கியது. ஏன் தனக்கு இது நேர வேண்டும்? இந்த கேடு கெட்டவளிடம் எதற்கு இப்படி அவமானப்பட வேண்டும் என்ற கேள்விகள் அவன் ஆத்திரத்தை இன்னும் அதிகப்படுத்தியது.

அவன் சொன்னான், "மதிப்பு குடுத்து தேடி வந்தா இப்படித்தான் அவமானப்படுத்துவியா? உன்னப் பத்தி நீ என்ன நெனச்சிக்கிட்டிருக்கே? பத்தினின்னு நெனப்பா உனக்கு?"

அவள் நிதானமாகச் சொன்னாள், "ஆமாம், நான் தேவிடியாதான். இந்தத் தேவிடியாவத் தேடி எதுக்கு வந்த? யாரு வெத்தலப் பாக்கு வச்சி கூப்பிட்டாங்க? உன்கிட்ட பணம் இருக்குங்கிற மெதப்புலதானே இங்க வந்த? அதப்பாத்து உடனே உன் கூட படுக்க வந்திருவேன்னு நினைச்சியா அதுக்கு வேற ஆளப் பாரு. போகும் போது அதையும் எடுத்துக்கிட்டு போ. பாப்பா படிக்கிறதுக்கு வாங்கிக்கிட்டு வந்தாராம். அவ மேல அவ்வளவு அக்கறை? நீ யாரு உன் புத்தி என்னன்னு எனக்குத் தெரியும், போய் வா. அதுக்கெல்லாம் இங்க ஆளு இல்ல."

அவளுடைய இந்தப் பேச்சு இன்னும் அவன் மனதை

சின்னாப்பின்னப்படுத்தி ஆத்திரத்தின் எல்லைக்கே கொண்டு சென்றது. 'எவ்வளவு கீழ்த்தரமாக ஆக்கி என்னை நிறகச் செய்துவிட்டாள், கூனிக் குறுகச் செய்துவிட்டாள்.' இதெற்கெல்லாம் தகுதியுள்ளவள் என்று தன்னை அவள் நினைத்துக் கொண்டதைதான் அவனால் தாங்க இயலவில்லை. இனி அவளுடன் சமரசத்துக்கு இடமில்லை. அதற்கான இடத்தை அவள் கொடுக்கப் போவதுமில்லை என்பது உறுதியாகிவிட்டபடியால் தாக்குதலுக்கு அவன் தயாராகிவிட்டான். அவன் அவளை வன்மத்துடன் பார்த்து சிரித்தான். பிறகு சொன்னான்,

"ஒரு கிண்டில் வாங்கிக்கொடுத்து உன் பொண்ண கரைட் பண்ண வந்தேன்னு நெனச்சிட்டே இல்லே. உன் புத்தி அப்படித்தானே போகும். உன் பொண்ணப்பத்தி தெரியாமப் பேசறியா இல்ல தெரிஞ்சிகிட்டே நடிக்கிறியான்னுதான் தெரியல. அவ யாரு, அவ என்ன பண்ணிகிட்டிருக்கான்னு எல்லாம் எனக்குத் தெரியும்."

அவள் ஆத்திரத்துடன் அவனை நெருங்கி வந்து அவன் கழுத்தில் இரு கைகளையும் வைத்துச் சொன்னாள், "இன்னொரு தடவ இந்த மாதிரி சொல்லிப் பாரு. உசுரோட இங்கிருந்து போக மாட்டே. குரவலையக் கடிச்சி துப்பிடுவேன்."

அவன் சிரித்துக்கொண்டே அவளை உதறிவிட்டு நகர்ந்தான்.

அவள் கத்தினாள், "டேய் அவளப்பத்தி உனக்கு என்னத் தெரியும்? தெரிஞ்சா சொல்லு பாப்போம்."

"சும்மா கத்தாதடி. காசு கொடுத்தா ஓட்டலுக்கு வர்றவதான அவ. நீ என்னமோ அவ பத்தினி மாதிரி பில்டப் பண்ணிகிட்டிருக்க."

அவள் ஓங்கி அவன் கன்னத்தில் அறைந்தாள். அவன் அவளைப் பிடித்துத் தள்ளினான். அவள் நிலை தடுமாறிப் போய் சுவரில் மோதி நின்றாள்.

"கொலக்காரப் பாவி" அவள் இன்னும் சத்தமாகக் கத்தினாள். "இந்த பழியப் போடத்தான் இங்க வந்தியா? காலேஜிக்கு போற பொண்ண தேவிடியா தொழில் பண்றவன்னு சொல்றியே நீ நல்லா இருப்பியா? நீ நாசமாத்தான் போவ. என் வாழ்க்கைய அழிச்ச மாதிரி அவ வாழ்க்கையையும் அழிக்கனுங்கிற முடிவோடத்தான் வந்தியா? மொதல்ல இங்கிருந்து போயிடு. இல்லேன்னா சத்தம் போட்டு ஊரக்கூட்டிடுவேன், இல்லேன்னா போலீஸுக்கு போன் போட்டுறுவேன்."

அவள் அவனைப் பிடித்துத் தள்ளினாள், "போ இங்கிருந்து போயிடு."

அவன் திரும்பி ஆத்திரத்துடன் அவளுடை ஒரு கையைப் பற்றி திருப்பினான். அவள் அலறினாள்.

"யாரை பிடிச்சி வெளியத் தள்ற? தேவடியா முண்ட. உண்மையச் சொன்னா கோபம் பொத்துகிட்டு வருதா? நான் ஓட்டல்ல ரூம்

போட்டப்ப படுத்துக்க வந்தவ உன் பொண்ணுதான். தெரியுமா உனக்கு?''

அவள் கையை அவன் விடுவித்தான். அவள் திகைத்து அவனைப் பார்த்தபடி நின்றாள்.

அவன் சொன்னான், ''முதல்ல இது எனக்குத் தெரியாது. அவப் போன பிறகு பிரண்டுதான் சொன்னான், உன் பொண்ணுதான்னு.''

''பாவி பாவி'' அவள் தலையில் அடித்துக்கொண்டு சுவர் ஓரம் உட்கார்ந்து தலையில் அடித்துக்கொண்டு அழத் தொடங்கிவிட்டாள். ''என் வாழ்க்கதான் நாசமாப் போச்சின்னா, உனக்கு ஏன் இப்படி புத்தி போச்சி, பாவி.''

அவன் அப்படியே நின்றிருந்தான். அவள் மீது அவனுக்கு பரிதாப உணர்வே மேலோங்கியது. எல்லாவற்றையும் நாம்தான் பாழாக்கிவிட்டோமோ என்ற குற்ற உணர்வும் பீடிக்கத் தொடங்கியது.

அவள் சட்டென்று அழுகையை நிறுத்திவிட்டு சொன்னாள்.

''வந்த வேலைய முடிச்சிட்ட இல்லை. இந்த குடும்பத்தில கொள்ளியத் தூக்கிவந்து போட்டுட்டே இல்ல. இனிமே நாங்க எப்படி உசுரோட வாழறது? குடும்பத்தோட வெஷம் குடிச்சிட்டுதான் சாகனும். மொதல்ல நீ போய்ச் சேரு.''

அவன் எதுவும் பேசாமல் நின்றான்.

மூக்கை உறிஞ்சிக்கொண்ட அவள் சொன்னாள், ''நீ எப்படிப்பட்ட பாவத்த பண்ணியிருக்கத் தெரியுமா? நல்ல யோசிச்சிப் பாரு. இப்ப தேவிடியாப் பட்டம் கட்டி நிற்க வச்சிருக்கியே, படுத்தேன்னு சொன்னியே அவ உன் மகளாக் கூட இருக்கலாம். ஏன் இருக்கலாம், அவ உன் மகதான். உன் கூட படுக்கிற காலத்துல அந்தப் பாவிய நான் பக்கத்துலக் கூட சேர்த்தது இல்ல.''.

இது என்ன புதுக்கதை? அவன் திகைத்து நின்றான். இருவரும் சிறிது நேரம் எதுவும் பேசிக்கொள்ளவில்லை.

இனியும் அங்கிருக்கக் கூடாது என்பது புரிந்தது. இருந்தால் இன்னும் எத்தனை அவமானங்களையும், இழிநிலையையும் சந்திக்க நேருமோ என்று அச்சப்பட்டான். வேகமாக நடந்து கதவைத் திறந்து கொண்டு வெளியேறினான்.

அவன் போனப் பிறகு அவள் அதே நிலையில் உட்கார்ந்திருந்தாள். அவள் கண்கள் தரையை வெறித்தபடி இருந்தன. அவன் வாயை அடைத்து வெளியே அனுப்பியதில் அவள் வெற்றிக் கண்டிருந்தாலும் தன் வாழ்வின் நிலை அவளை கலக்கமுறச் செய்தது. அவளுடைய கண்கள் கலங்கின. 'இத்தனை ஆண்டுகள் கழித்து இந்த முட்டாள் எதற்காக வந்தான்? என்ன வேண்டும் அவனுக்கு? ஏன் இப்படி

நம்மையும் அவமானபடுத்திவிட்டு அவனும் அவமானப்பட்டுச் செல்ல வேண்டும்?'

அப்போது குளியல் அறைக் கதவை திறந்து கொண்டு அவளுடைய மகள் வெளிப்பட்டதை வியப்புடன் பார்த்தாள்.

''நீ எப்ப உள்ள வந்த?''

ஒரு பூத்துளையால் முகத்தை துடைத்துக்கொண்டே வந்து கண்ணாடியின் முன் அவள் நின்றாள். கண்ணாடியில் தெரிந்த மகளுடைய முகம் அவளை சங்கடப்படுத்தியது.

''கேக்கிறனில்லே எப்ப உள்ள வந்த?''

அவள் புன்னகையுடன் சொன்னாள், ''ஓட்டல் ரூமுக்கு நான் வந்ததா சொல்லிக்கிட்டிருந்தானே அப்பவே வந்துட்டேன்.''

உள்ளே வந்த அவள் எப்போது அவர்களைக் கடந்து போனாள்? எப்படி இந்த மாயம் நிகழ்ந்தது? அவளால் இதை நம்ப முடியவில்லை. ஆனால் அவள் உள்ளே வந்திருப்பது நிஜம்தானே? இப்புதிர் அவளுக்கு புரிந்தது போலவும் புரியாதது போலவும் இருந்தது. 'மகளே, அந்த கண்ணாமூச்சி விளையாட்டை நீயும் ஆடத்தொடங்கிவிட்டாயா என்ன?'

கண்ணாடியில் தெரிந்த மகளுடைய முகத்தையே சிறிது நேரம் சஞ்சலத்துடன் பார்த்துக்கொண்டிருந்தாள். புருவம் சீர்படுத்தப்பட்ட அவளின் முகம் தன் முகத்தைப் போலவே இருப்பதை முதல் முறையாக உணர்ந்தாள். மனம் கலக்கமுற்றது.

கண்ணாடியின் முன் இருந்து விலகிய அந்தப் பெண், பூத்துவளையை சுவரில் இருந்த தூங்கியில் மாட்டிவிட்டு பிளாஸ்டி நாற்காலியில் வந்து உட்கார்ந்தாள். டீப்பாயின் மேல் அவன் விட்டுவிட்டுப் போன டப்பாவையே சிறிது நேரம் உற்றுப் பார்த்தாள். பின்னர் அதைக் கையிலெடுத்துப் பிரித்து கிண்டிலை வெளியே எடுத்தாள். அதன் மங்கியத் திரையைப் பார்த்தபடி மெல்லச் சிரித்தாள். பின்னர் அதை டீப்பாயின் மேல் வைத்துவிட்டு பையில் இருந்த ஆப்பிள் ஒன்றை எடுத்து ஒரு வாய் கடித்தாள். அப்போதுதான் தன் அம்மா தன்னையே பார்த்துக்கொண்டிருப்பது அவளுக்கு உறைத்தது. அந்த ஆப்பிளை அவளுக்கு முன் நீட்டி வேணுமா என்பது போல் சிரித்தாள்.

(நண்பர் அ.வெங்கடேசனுக்கு)

கைவிடப்பட்ட ஒரு கதை

நாயர் மெஸ்' என்று ஒரு கதை எழுதி நண்பர் ஒருவருக்கு படிக்க அனுப்பியிருந்தேன். 'கதை சரியாகவே வந்திருக்கிறது. ஆனால் உயிர்ப்பில்லாமல் இருக்கிறது' என்றார். அவர் சொன்ன பிறகு எனக்கும் அப்படித்தான் தோன்றியது. அதனால் வழக்கம் போல அதை கிடப்பில் போட்டுவிட்டேன். இப்படித்தான் கதைக்களத்தின் தேர்வு நம்மை ஏமாற்றிவிடும். அதை எப்படி எழுதினாலும் பல்லிளித்துவிடும். ஆனால் 'நாயர் மெஸ்' கதையை எதற்காக எழுதினேன் என்பது முக்கியமாகப்பட்டது. அது பற்றி எழுதலாமே என ஒரு யோசனை. அதாவது கைவிடப்பட்டக் கதையைப் பற்றிய ஒரு கதையை. அப்படியே அக்கதையை சொல்லிவிடும் வாய்ப்பும் அமைந்துவிடுகிறதல்லவா.

சமீபத்தில் ஊருக்குச் சென்றிருந்த போது நண்பர்களுடன் ஒரு மதுவிடுதியைத் தேடிப் போனோம். பல ஆண்டுகளுக்குப் பிறகு ஊரில், அதுவும் மதுவிடுதிக்குச் சென்று குடிப்பது அதுதான் முதல் முறை. சிலருடைய வழி காட்டுதல் எங்களை பழைய நாயர் மெஸ்ஸுக்குத்தான் இட்டுச் சென்றது. அது டாஸ்மாக் பாராக மாற்றப்பட்டது அப்போதுதான் எனக்குத் தெரிய வந்தது. நண்பர்களுடன் அங்கிருந்து கிளம்பி வந்தப் பிறகும் நாயர் மெஸ் ஞாபகத்தில் வந்துகொண்டே இருந்தது. அது ஒரு டாஸ்மாக் பாராக மாறிப்போன இன்றைய நிலை ஏதோ ஒரு காவியத் தனமான வீழ்ச்சிப் போலவேத் தோன்றியது. அக்கதையை எழுதத் தூண்டியது அதுதான். அதன் காவிய நாயகியாக அன்னம்மா மாறினாள். அவள் நாயரோடு வாழ வந்ததும், நாயருக்குப் பின் நாயர் மெஸ்ஸின் உரிமையாளரானதும், அவளின் மரணமும் ஏனோ ஜெய லலிதாவின் வாழ்வோடு ஒப்புமை கொண்டு நின்றன. ஜெயலலிதா அப்போது மருத்துவமனையில் இருந்தார். இந்த

ஒப்புமைகூட அக்கதையை எழுதியதற்கு காரணமாக இருந்திருக்கலாம்.

கதையை எப்படித் தொடங்குவது என யோசிக்கையில், அன்னம்மா என்ற பேரழகிக்கு நகரத்தில் நிறைய காதலர்கள் இருக்கிறார்கள். அவளின் நினைவாக அவர்கள் தங்கள் நிறுவனங்களுக்கும் கடைகளுக்கும் அன்னம் சைக்கிள் கடை, அன்னம் சலூன், அன்னம் மளிகை, அன்னம்மா பழக்கடை, அன்னம்மா உணவகம் என்பது போல பெயர் சூட்டி மகிழ்கிறார்கள்.

இவ்விதமான ஆரம்பம் கதையின் போக்கில் பொருத்தமில்லாமல் போனதால் நீக்க வேண்டியதாகிவிட்டது. மேலும் படர்க்கையில் சொன்னதால் கதையின் வசீகரம் குறைவது போலவும் இருந்தது.

பிறகு ஒரு காதல் காவியத்தின் தொடக்கம் போல முன்னிலையில் எழுதிப்பார்க்கப்பட்டது. அன்னம்மா இறந்த பிறகு அவளது சடலம் படுக்கையில் கிடத்தப்பட்டிருக்கிறது. அவளுடைய மரணம் அறிவிக்கப்படாததால் அவள் தனியாகவே படுத்திருக்கிறாள். அவளை அந்நிலையில் காணும் நாயரின் ஆவி ஆற்றாமையில் புலம்பத்தொடங்குகிறது.

நாயரின் ஆவி பேசுகிறது:

"நான் முதன் முதலில் பார்த்த அன்னம்மாதான் நீ என்றால் காலம்தான் எவ்வளவு கொடியது. உன் அழகிய முகத்தை வெளிறிப் போகச் செய்து, உதடுகளை ஊதா நிறமாக்கிய மரணம்தான் எவ்வளவு இரக்கமற்றது. உன்னை இந்த கதிக்கு ஆளாக்கிய அந்த சதிகாரர்களை நான் வணங்கிய அந்த ஐயப்ப சாமி தண்டிக்காமல் விட மாட்டார்.

நீ எப்போது என் வாழ்க்கையில் வந்தாயோ அப்போதே என் வீழ்ச்சியும் நாயர் மெஸ் வீழ்ச்சியும் தொடங்கி விட்டதென்று பாம்பே சலூன் சாத்தான் கதை சொல்லிக் கொண்டிருக்கிறது. ஆனால் என்னைப் பொறுத்தவரை உன் வரவு ஒரு வசந்தம், பெருமகிழ்ச்சியின் தொடக்கம்."

பாம்பே சலூன் சாத்தானை உங்களுக்குத் தெரியாது இல்லையா? இந்த இடத்தில் நான் யார், நாயர் மெஸ்ஸுக்கும் எனக்கும் என்ன உறவு, பாம்பே சலூன் சாத்தான் யார் என்பதை சுருக்கமாகத் தெளிவுபடுத்திவிடுவது நல்லது. இது கதையின் கதையாக இருந்தாலும் உங்களை குழப்பக் கூடாது இல்லையா?

அப்போது நான் மேல் நிலை இரண்டாம் ஆண்டு படித்துக் கொண்டிருந்தேன். கணேசன் எனக்கு வகுப்பு தோழனாகவும் நண்பனாகவும் இருந்தான். இருவரும் 'லைட் ஹவுஸ்' என அழைக்கப்பட்ட பிரம்மச்சாரிகள் மட்டுமே தங்கும் ஒரு விடுதியில் அறை எடுத்துத் தங்கினோம். ஆங்கிலம் மற்றும் கணக்குப் பாடங்களுக்கு டியூஷன் படித்துக்கொண்டிருந்தோம் என்பதால் இந்த ஏற்பாடு. வேறுவேறு கிராமத்தைச் சேர்ந்த நாங்கள் காலையில் சைக்கிளில் புறப்பட்டு டியூஷன் வந்துவிட்டு பள்ளிக்குச் செல்ல வேண்டும்.

இது சிரமமாக இருந்ததால் அறை எடுத்துத் தங்கும் யோசனையை கணேசன்தான் சொன்னான்.

கணேசனுக்கு குடும்ப நண்பராக இருந்த ராஜா சார் தான் விடுதி உரிமையாளரிடம் பேசி அறையைப் பிடித்துக் கொடுத்தது. மாடியில் இருந்த அறை ஒன்றில் தங்கி, தேசிய வங்கி ஒன்றில் காசாளராகப் பணியாற்றி வந்தார் அவர். நாயர் மெஸ்ஸில் கணக்குத் தொடங்குவதற்கு சிபாரிசு செய்ததும் அவர்தான். அந்த மெஸ்ஸின் நீண்ட கால வாடிக்கையாளராக அவர் இருந்தார். மெஸ் இயங்கி வந்த தெருவில்தான் எனது பள்ளியும் இருந்தது.

முன்னால் விஸ்தீரணமாக இடம் விட்டு (இப்போது யாருக்கும் இவ்வளவு தாராளம் வருவதில்லை) உள் ஒடுங்கிக் கட்டப்பட்டிருந்த ஒரு பழையப் பாணி மச்சுவீட்டுக்கு முன்புதான், ஒரு ஆஸ்பெட்டாஸ் கூரைக்குக் கீழே நாயர் மெஸ் செயல்பட்டு வந்தது. வலது முன்புறத்தில் வெளியே பார்த்தவாக்கில் டீக்கடை இருந்தது. இடது பக்கத்தில் கல்லா மேஜை. அதைக் கடந்தால் இடப்பக்கம் நடக்க இடம்விட்டு வலது பக்கம் வரிசையாக நான்கு சாப்பிடும் பெஞ்சுகள். சமையல் எல்லாம் வீட்டுக்குள்தான்.

மெஸ்ஸில் முதன் முதலாக அன்னம்மாவைப் பார்த்த போது ராஜா சார் சொன்னது போல ஒரு காலத்தில் அவள் பேரழகியாக இருந்தாள் என்பதை நம்ப முடியவில்லை. நல்ல அலங்காரத்துடன், எடுப்பான வண்ணத்தில் சேலை உடுத்தி குடை பிடித்தபடி அவள் தெருவில் நடந்து சென்றால் எல்லோரும் வேடிக்கைப் பார்ப்பார்களாம். இப்போது ‘பெரிய’ அழகியாக மாறிப்போயிருந்த அவளின் எந்தெந்தப் பகுதிகள் முன்னர் அவளை அழகியாகக் காட்டியது என்பதை யூகிக்க முடியவில்லை. அந்த இழப்பைச் சரி செய்வது போலவோ என்னவோ அவள் எப்போதும் அலங்கார ரூபினியாகக் காட்சி தருவாள். பெரும்பாலும் கல்லா மேஜைக்கு பின்னாலோ, சாப்பிடும் இடத்தையும் வீட்டையும் இணைத்த வாசலுக்கு அருகில் இருக்கும் மர நாற்காலி-யிலோதான் அவள் காணப்படுவாள். இரவு உணவின் போது மட்டும் அவள் மாயமாகிப்போவாள் (ஏன் என்ற மர்மம் பின்னர்தான் எனக்குத் தெரியவந்தது). அந்த உணவகத்தின் பெரும்பாலான வாடிக்கையாளர் அவள் நடப்பதைப் பார்த்திருக்கவே முடியாது. ஆனால் நான் சில சமயத்தில் அந்த ‘‘அன்னம்’’ நடப்பதைப் பார்த்திருக்கிறேன். அது அந்த முன்னாள் பேரழகியின் மீதான இயற்கையின் கேலி என்றே சொல்லும்படி இருக்கும்.

‘அங்க தண்ணி வையி, இந்த டேபிளுக்கு இலையப் போடு, சாம்பார் கேட்கறாங்க பாரு’ இப்படியான வாய்மொழி உத்தரவுகளும், பார்வையால் ஆன உத்தரவுகள் மட்டும் அவளிடமிருந்து வந்து கொண்டிருக்கும். அத்தோரணை காலத்தின் நிரந்தர உணவகம் ஒன்றின் நிரந்தர உரிமையாளரும், நிரந்தர நிர்வாகியும் அவள்தான் என்பது போல் இருக்கும். அவளுடைய அதிகாரக் குரல், நிகழ் காலத்தில் மட்டுமல்ல

எதிர்காலத்திலும் சென்று ஒலிக்கும்படி தொனிக்கும். அவளுடைய குரல் ஜெயலலிதாவின் குரல் போலவே இருந்ததுதான் ஆச்சர்யம்.

கல்லா மேஜைக்கு பின்னால் ராமன் நாயர் படமாகத் தொங்கிக்கொண்டிருந்தார். இருமுடி தரித்தக் கோலத்தில் தன்னால் உருவாக்கப்பட்ட மெஸ்ஸை மேற்பார்வைப் பார்த்துக்கொண்டிருப்பது போல அத்தோற்றம் இருக்கும். அந்த நகரத்துக்கு ஐயப்ப சாமியை அறிமுகப்படுத்தியவர்அவர்தானாம். புனிதப் பயணம் செல்பவர்களுக்கு கருப்பு உடை மாட்டி புரட்சி செய்தவர் அவர்தான். குருசாமியான அவருடைய தலைமையில் ராஜா சார் கூட ஐயப்பன் கோயிலுக்குச் சென்று வந்திருக்கிறாராம். பின்னர் அவர் 'சக்தி' தாசனாகி சிவப்புக்கு மாறிவிட்டார் என்பது வேறுகதை.

நாயர் மெஸ் என்றாலே அன்னம்மாதான் என்பது ஒரு மாயத் தோற்றம். அதன் வாடிக்கையாளர்கள் பலருக்கும் இப்படியான ஒரு எண்ணம் ஏற்படும் என்பதில் சந்தேகமில்லை. ஆனால் அன்னம்மாவின் உத்தரவுகளை வடிவமைப்பதும், அதை செயலாக்கம் செய்வதும் அவளுடைய தங்கை செல்விதான் என்று சொல்லப்பட்டது. இந்த இடத்தில் நீங்கள் செல்வி பாத்திரத்தோடு சசிகலாவை பொருத்திப் பார்ப்பீர்கள் என்பது தெரியும். ஆனால் அவ்வளவு பொருத்தம் வராது என்பதே உண்மை. நடத்தையில் சந்தேகப்பட்டு கணவனால் துரத்தப்பட்ட அவளுக்கு அன்னம்மாதான் அடைக்கலம் கொடுத்திருக்கிறாள். அவளுக்கு இரண்டு பிள்ளைகள் இருப்பதாகவும் ராஜா சார் சொல்லியிருக்கிறார்.

சற்றே கறுத்த நிறம் என்றாலும் செல்வியும் ஒரு அழகிதான். அந்த மெஸ்ஸின் கோழிக் குழம்பைவிட பெரிய வசீகரம் அவள்தான். மை பூசாத கண்களுடன் அவளைப் பார்ப்பது மிக அபூர்வம். அதனால் 'மைக்கண்ணி' என்றே பலராலும் அழைக்கப்பட்டாள். ஆண்களிடம் அவள் பேசும் விதம், காட்டும் புன்னகை, வெட்கம் எல்லாமே தனி ரகம். ஏற்கெனவே பெண் பித்தராக இருந்த ராஜா சாருக்கு அவள் மீது ஈர்ப்பு ஏற்பட்டதில் ஆச்சர்யமில்லை. அவரின் நண்பர்கள் என்பதாலேயே மெஸ்ஸில் எனக்கும் கணேசனுக்கும் தனி கவனிப்பு இருக்கும். மற்றவர்களுக்கு சிக்கன் சேர்வா கிடைத்தால் எங்களுக்கு சிக்கன் கிரேவி கிடைக்கும். சில நேரங்களில் சிக்கனும் அதில் இருக்கும். அவருக்கு முன்பாகவே நாங்கள் சென்றுவிட்டால் "உங்க சார் வர்லயா?" என்று விசாரிப்பாள். அவருடன் சென்று விட்டால் நாங்களும் அந்த காதல் அலைகளுக்குள் சிக்கிக்கொள்வோம்.

நாயர் மெஸ்ஸுக்கு எதிர் வரிசையில் சற்று தள்ளி 'பாம்பே சலூன்' இருந்தது. வாய் பேசமுடியாத ஐந்து சகோதரர்களுக்குச் சொந்தமானது அது. நானும் கணேசனும் அந்த முடித்திருத்தகத்தின் வாடிக்கையாளர்களாக இருந்தோம். மேலும் மெஸ்ஸில் சாப்பிட்டுவிட்டு அங்கு போய் பேப்பர் படிப்பதுண்டு. எங்களுக்கு அந்த ஊமைச் சகோதரர்கள் வணக்கம் வைத்துச் சிரிப்பார்கள்.

‘சாப்பிட்டாச்சா?’ என ஜாடையில் விசாரிப்பார்கள். இந்த வரவேற்பு எங்களை மகிழ்விக்கும். அங்கு வரும் எல்லோருக்குமே அந்த வரவேற்பு கிடைக்கும் என்றாலும் அதில் குறை காண முடியாது.

பிளாஸ்டிக் காகித மாலையுடன் பெரியார், அண்ணா இருவரின் புகைப்படங்கள் பெரிய அளவில் தொங்கும். பக்கத்திலேயே திமுக துண்டுடன், நடுத்தர வயதுடைய ஒருவரின் புகைப்படம். முகச்சாயல் ஒத்துப் போனதால் அது அந்தச் சகோதர்களின் அப்பாவாகவோ மூத்த அண்ணனாகவோ கூட இருக்கலாம் எனத் தோன்றும். அந்த முடித்திருத்தகத்தின் தவிர்க்க முடியாத ஒரு அம்சம் அங்கு எப்போதும் காணப்படும் கிழவன். அது போன்ற முடித்திருத்தகங்களிலோ தேனீர் கடைகளிலோ வழக்கமாகக் காணப்படக்கூடிய ஆள்தான் அவன். தினசரிகளை படித்துக் கொண்டோ யாருடனாவது விவாதம் பண்ணிக்கொண்டோ இருப்பான். அவனுக்கு எண்பது வயதிருக்கும். கைத்தடி ஒன்றும் அவன் கூடவே இருக்கும். அழுக்கான ஒரு வேட்டியும் பழுப்பு வண்ண சட்டையும்தான் அவனுடைய நிரந்தர உடை. அந்த சகோதர்களிடம் சைகை பாஷையில் பேசுவான். அந்த சகோதரர்களும் தங்களுக்குள் ‘சப்சப்’ என்ற உதட்டசைவிலும் கையசைவிலும் உரையாடிக்கொள்வார்கள். சிரிப்பை பரிமாறிக்கொள்வார்கள், சண்டை-யிட்டுக்கொள்வார்கள். அங்கு வந்துவிட்டால் வாடிக்கையாளர்களும் அவர்களுடன் அதே பாஷையில்தான் பேசவேண்டியிருக்கும். அந்தச் சூழல் நம்மை ஒரு வேற்று மொழிப் பிரதேசத்துக்குள் சென்றுவிட்ட ஒரு அந்நியன் போல உணரச் செய்துவிடும்.

கிழவன் ஒருநாள் என்னை அருகில் அழைத்துப் பேசினான். நான் பக்கத்தில் போய் உட்கார்ந்ததும், “அந்த கரகாட்டக்காரியோட ஓட்டல்லதான் சாப்பட்றியா தம்பி?” எனக் கேட்டான்.

இக்கேள்வி எனக்கு வியப்பாகவும், அத்தகவல் புதிதாகவும் இருந்தது. என் வியப்பை போக்கும் கடமை அவனுக்கு இருந்தது. அதில் அவன் அதிக ஆர்வமுடையவனாகவும் இருந்தான். என்னிடம் மட்டுமல்ல பலரிடமும் இந்தக் கதையைச் சொல்லி அவன் சந்தோஷமடைந்திருக்க வேண்டும்.

ராமன் நாயரும் அவனும் ஆரம்ப காலத்தில் நண்பர்களாக இருந்தவர்களாம். பழைய பேருந்து நிலையம் அருகே இருந்த ஒரு டீக்கடையில்தான் நாயர் டீ மாஸ்டராக வந்து சேர்ந்திருக்கிறார். பின்னர் அந்த ராஜ வீதியில் வேறு ஒரு இடத்தில் தனியாகக் டீ கடை ஆரம்பித்திருக்கிறார். அதன் பிறகு இப்போது மெஸ் இருக்கும் வீட்டை நாயருக்காக கிழவன்தான் வாடகைக்குப் பிடித்துக்கொடுத்தானாம். இந்த வீட்டுக்கு எதிரே ஒரு கீற்றுக்கொட்டை போட்டு டீக்கடையையும் இட்லிக் கடையையும் ஆரம்பித்திருக்கிறார் நாயர். பின்னர் ஏறுமுகம் தான். அவருக்கு திருமணம் செய்து வைத்தது, இந்த வீட்டையே கிரயம் பேசி வாங்கிக் கொடுத்தது எல்லாமே அந்த கிழவன்தானாம். கருட சேவை திருவிழாவில் கரகாட்டம் ஆட வந்தவள்தான் இந்த அன்னம்மா

என்றான் கிழவன்.

"என்ன பேசினாளோ, என்ன சொக்குப்பொடி போட்டாளோ, இந்த மலையாளத்தான் அவ வலையில போய் விழுந்துட்டான்" என்றான் கிழவன்.

"உனக்கு பொண்டாட்டி, ரெண்டு கொழந்தைங்க இருக்காங்க. ஊர்ல நல்ல பேரு இருக்கு. இதையெல்லாம் கெடுத்துக்காதேன்னு எவ்வளவோ சொல்லிப் பார்த்தேன். அந்த ஆளு கேக்கல." என்று வருத்தத்துடன் சொன்னான் கிழவன். இந்த விவகாரத்தால் அவர்களுடைய நட்பிலும் விரிசல் விழுந்துவிட்டதாம்.

அன்னம்மாவுக்கு தினமும் இரவில் சாராயமும், கோழிக் குழம்பும் வேண்டும். இந்த படையலுடனேயே அன்னம்மாவை நாயர் ஆராதித்து வந்திருக்கிறார். பிறகு சைவ ஓட்டலாக இருந்த நாயர் மெஸ் அசைவத்துக்கு மாறிவிட்டதாம். இதனால் அது பல நல்ல வாடிக்கையாளர்களை இழந்து நாசமாகிவிட்டதாக கிழவன் வருத்தத்துடன் சொன்னான். குருசாமி அந்தஸ்தைத் துறந்து, அவளுடன் குடித்து, அதற்கு அடிமையாகி குடல் வெந்து செத்தாராம் நாயர். அவருடைய அழிவுக்கு முழு காரணமும் அந்த கரகாட்டக்காரிதான் என்றான் கிழவன். "இவளால அந்தாளுடைய குடும்பமே சீரழிஞ்சி போச்சி. மெஸ் இருக்கிற இந்த வீட்டையும் தன் பேருக்கு எழுதி வாங்கிக்கிட்டா. அந்த குடும்பமே இப்ப நடுத்தெருவுல நிக்குது" என்றான் வருத்தத்துடன்.

நாயர் இறந்த பிறகு அவருடைய மனைவியும் மகனும் அந்த வீட்டின் மீது வழக்குப் போட்டிருக்கிறார்களாம். கிழவன்தான் அவர்களுக்கு உதவியிருக்கிறான். "இப்ப இந்த கரகாட்டக்காரிக்கு நான் பரம விரோதியாயிட்டேன்" என்றான் கிழவன்.

பிறகு ராஜா சாரிடம் இது குறித்துக் கேட்ட போது, "உங்களுக்கு இதையெல்லாம் அந்த கிழட்டு ராஸ்கேல்தானே சொன்னான்?" எனக் கேட்டார். பிறகு இந்த விஷயம் செல்வி வழியாக அன்னம்மா காதுக்குச் சென்றதா அல்லது கிழவனைப் பற்றி வேறு யாராவது அவளிடம் போட்டுக்கொடுத்தார்களாத் தெரியவில்லை, அன்னம்மா அந்த முடித்திருத்தகத்துக்குப் போய் விளக்குமாறால் கிழவனை சாத்தினாளாம், கணேசன் சொன்னான். "அய்யோ என்னக் கொல்றாளே, என்னக் கொல்கிறாளே, யாராவது காப்பாத்துங்களேன்" என தெருவே கேட்கும்படி அலரினானாம் கிழவன்.

இத்தெளிவு போதும் என நினைக்கிறேன். இப்போது நாயரின் ஆவி தன் புலம்பலைத் தொடர்கிறது:

"அன்னம்மா உனக்கு ஞாபகம் இருக்கிறதா? அது கருடசேவைத் திருவிழாவின் இரண்டாவது நாள். நடு இரவைத் தாண்டிய நேரம். வாணவேடிக்கையும் சுவாமி ஊர்வலம் நடந்துகொண்டிருந்தன. தெருக்களில் கூட்டம் அலைமோதிக் கொண்டிருந்தது. சாப்பாடு

முடிந்து போனதால் மற்றவர்கள் தூங்கச் சென்றுவிட நான் டீக் கடையை பார்த்துக்கொண்டிருக்கிறேன். அப்போது மெஸ் வாசலில் நீ வந்து விழுகிறாய். கரகாட்டக்காரிகள் உடுத்தும் உடை அலங்காரத்தோடும் அலங்கோலமாகவும் நீ கிடந்தாய். நீ அளவுக்கு அதிகமாக குடித்திருந்தாய். பலரும் உன்னை வேடிக்கைப் பார்த்தபடிச் சென்றார்கள். திருவிழாக் கொண்டாட்டத்தில் இளைஞர்களுக்கு இதுவும் கேளிக்கையாகிக் கொண்டிருந்தது. பெண்கள் கூட வெட்கத்துடன் உன்னைக் கடந்து செல்கின்றனர். இக்காட்சியை என்னால் பார்த்துக் கொண்டிக்க முடியவில்லை. உன்னை இழுத்துச் சென்று வேறு இடத்தில் படுக்க வைத்துவிடலாம் என முடிவுக்கு வருகிறேன். அருகில் வந்து சிறிது நேரம் யோசனையுடன் நிற்கிறேன். அங்குப் பரவியிருந்த அலங்கார விளக்கொளியில் உன் முகம் வசீகரமாகத் தோன்றுகிறது. குழந்தைமையும் பெண்மையும் கலந்த உன் முகத்தை யாரால் புறக்கணித்துவிட முடியும்?

உனது கைகளைப் பற்றி இழுத்துக்கொண்டு வந்து மெஸ்ஸின் உள்ளே போடுகிறேன். வாசலை சாத்தினேன். பொழுது விடியும்வரை நீ தரையிலேயே படுத்திருந்தாய். முதல் ஆளாக வந்து பார்த்த டீ மாஸ்டர் ராமசாமிக்கு அதிர்ச்சி. இதெல்லாம் என்ன என்பது போல என்னைப் பார்த்துக்கொண்டிருந்தான்.

சிறிது நேரத்திலேயே நீயும் எழுந்துவிட்டாய். தூக்கத்திலிருந்து எழுந்து ஒரு குழந்தையைப் போல திகைப்புடன் சுற்றும்முற்றும் பார்க்கிறாய். உன்னை வீட்டின் பின்பக்கம் அழைத்துச் சென்று குளியல் அறையைக் காட்டும்படி ராமசாமியிடம் சொல்கிறேன். நீ சங்கோஜத்துடனும் மன்னிப்புக் கோரும் தோரணையுடன் அவனுக்குப் பின்னால் போகிறாய். நீ அங்கிருந்துத் திரும்பி வரவேற்பறை வழியாக வந்த போது எதிரில் வந்து நிற்கிறேன். உன்னுடையப் பெயரைக் கேட்கிறேன். வெட்கத்துடன் சிரித்துக்கொண்டே சொல்கிறாய் ‘அன்னம்மா’. சுவரில் சாய்ந்து நின்று கொள்கிறாய்.

அலங்கோலமான, தெளிவற்ற, யூகிக்க மட்டுமே முடிந்த உன் வாழ்வின் பின்னணியிலிருந்து சோகமும் தனிமையும் கொண்ட ஒரு முகம் எனக்கு முன் மலர்ந்துத் தோன்றுகிறது. உன்னுடைய சீரழிந்த வாழ்க்கை குறித்து எந்தக் கேள்விகளையும் நான் எழுப்பவே இல்லை. அதுவே என்னை கடந்து போகாமல் உன்னைத் தயங்கி நிற்கச் செய்ததோ என்னவோ.

நான் கேட்கிறேன், “எப்ப ஊருக்கு?”

நீ சொல்கிறாய், “மதியமே கிளம்பனும். எங்க ஊருக்கு பக்கத்துல இன்னிக்கு இராத்திரி திருவிழாவில எங்க ஆட்டம் இருக்கு.”

“இந்த ஊருக்கு எப்ப திரும்ப வருவே?”

நீ என்னைக் வியப்புடன் பார்க்கிறாய். என் கேள்விக்குப் பின்னால்

உள்ள அர்த்தம் உன்னைக் குழப்பத்தில் ஆழ்த்தியிருக்க வேண்டும்.

நீ கேட்டாய், ``நீங்க அய்யரா?''

நான் சொன்னேன், ``இல்லே மலையாளி, நாயர். ஏன் கேக்கிற?''

நீ யோசனையுடனும் சங்கடத்துடனும் என்னைப் பார்க்கிறாய்.

நான் சொல்கிறேன், ``உனக்கு விரும்பம்ன்னா எப்ப வேணா வரலாம்''

யோசிப்பதற்கு நான் கொடுத்த இடைவெளி என் பைத்தியக்காரத் தனத்தை புரிந்துகொள்ள உனக்கு உதவியிருக்க வேண்டும். நீ வேடிக்கையாகக் கேட்கிறாய், ``எனக்கு தினமும் சாராயம் குடிச்சாத்தான் தூக்கம் வரும். வாங்கிக்கொடுப்பிங்களா?''

இந்த வடிவத்திலான கதை சொல்லலையும் இடையில் நிறுத்த வேண்டியதாகிவிட்டது. காரணம் இதில் கதை சொல்லியின் சுதந்திரம் பாதிக்கப்படுகிறது. எல்லை வகுக்கப்பட்டுவிடுகிறது. அன்னம்மாவின் மீது அளவற்ற பித்து கொண்ட ஒருவன், தன் வாழ்க்கையையே அழித்துக்கொண்ட ஒருவன் கதையைச் சொன்னால் அது ஒரு காதல் கதையாகவே முடிந்து போகும் ஆபத்தும் உண்டு. அந்த ரொமாண்டிஸ காலமெல்லாம் எப்போதோ காலாவதியாகிவிட்டதால், நானே தன்னி லையில் கதை சொல்வதென முடிவு செய்கிறேன். அதன் தொடக்கம் இப்படி இருந்தது:

அன்னம்மாவின் மரணம் ஒரு அபத்த காவியம். அதை இவ்விதம் உணர்த்தவே சீக்கிரம் சென்று சேர்ந்தாளோ என்னவோ. வாழ்ந்த காலத்தில் அவளின் திறமை, சாதுர்யம், தைரியம் பலரால் சிலாகிக்கப்பட்டது. ஆனால் அவள் மீது பிரகாச ஒளி எதுவும் படிந்திருந்ததாகத் தெரியவில்லை. ஒரு குடும்பத்தையே சிதைத்த பாவம் பலரது வார்த்தைகளாகவும் சாபமாகவும் மாறி அவளைச் சுற்றி சுழன்று கொண்டிருந்தது. ராமன் நாயர் என்ற மதிப்பு மிக்க மனிதரை தரம் தாழ்த்தி சுடுகாட்டுக்கு அனுப்பி வைத்த புண்ணியவதியாகவும் அவள் பார்க்கப்பட்டாள். குடிக்கு அடிமையான, ஒழுக்கம்கெட்ட பெண்ணாகவும் அவள் அறியப்பட்டாள். பிறகு அவளுடைய மரணம் எப்படி முக்கிய நிகழ்வானது, இழப்பானது?

அவளுக்குப் பின் நாயர் மெஸ் என்னவாகும் என்ற கேள்வியை பலரும் கேட்டுக்கொண்டிருந்தார்கள். சந்தேகமில்லாமல் அது மிகையான எதிர்வினைதான். அது வாடிக்கையாளர்களின் உடனடி ஆதங்கம்தானே தவிர அவர்களின் சிந்தனையிலிருந்து முளைத்தக் கேள்வியாக இல்லை. அந்த நகரத்தில் அப்போது இயங்கி வந்த எவ்வளவோ உணவகங்களில் ஒன்றுதான் நாயர் மெஸ். அதற்கென்று சில வாடிக்கையாளர்கள் இருந்தார்கள். அதற்கு மேல் அதற்கு பெரிய முக்கியத்துவம் எதுவும் இருந்ததாகத் தெரியவில்லை. அங்கே பரிமாறப்பட்ட இட்லிக்கோ, பூரிக்கோ, பரோட்டாவுக்கோ, சிக்கன் குழம்புக்கோ எந்தத் தனித் தன்மையும் இருந்ததாகத் தெரியவில்லை. அதே போலத்தான்

அன்னம்மாவும். அது ஒரு நிகழ்வு. நாயர் மெஸ் தொடர்ந்து இயங்கி வந்திருக்கலாம் இல்லாமல் போயிருக்கலாம், அன்னம்மா என்ற ஒரு ஜீவன் அங்கு வாழ்ந்திருக்கலாம், அப்படி ஒரு வரவு அதற்கு நிகழாமல் போயிருக்கலாம். இந்த கதையில் இடம்பெறுகிறது என்பதற்கு மேல் இப்போது அதற்கெல்லாம் என்ன பெரிய முக்கியத்துவம் இருக்கிறது? கணக்கு வைத்து மூன்று வேளை உணவை அங்கு சாப்பிட்டு வந்தோம் என்பதற்கு மேல் அதற்கும் எங்களுக்கும் என்ன உறவு? செல்வியுடனான தொடர்பு காரணமாக ராஜா சாருக்கு ஒருவேளை அது முக்கியமானதாக இருந்திருக்கலாம். அவர் மூலம் அன்னம்மா குறித்த சில ரகசியங்கள் எங்களுக்குத் தெரிய வந்ததென்னவோ உண்மைதான். அதனாலேயே பிணைப்பின் இறுக்கம் கூடி விடுமா என்ன?

கிழவன் சொன்னதை ஒரு நாள் ராஜா சார் உறுதிப்படுத்தினார். தினமும் கால் பாட்டில் பிராந்தி சாப்பிட்டால்தான் அன்னம்மாவுக்குத் தூக்கம் வரும் என்றார். டீ மாஸ்டர் ராமசாமிதான் அவளுக்கு வாங்கி வந்து கொடுப்பாராம். ''அந்த ஆளு டீ மட்டுமா போட்றான்...''என அவர் சிரித்துக்கொண்டே சொன்னார்.

நாயர் காலத்திலேயே வேலைக்குச் சேர்ந்தவர் ராமசாமி. நாயர் இறந்த பிறகு அன்னம்மாவின் தீவிர விசுவாசியாகவே மாறிவிட்டிருந்தார். செல்விகூட அவருக்கு அடுத்த நிலைதான் எனத் தோன்றும். அன்னம்மாவின் விசுவாசிகளில் இன்னொருவன் சங்கர். நாயர் மெஸ்ஸுக்காகவே பிறப்பெடுத்து வந்தவன் அவன். ராஜா சாரிடம் அவன் அதிக மரியாதைக் காட்டுவான். ஆனால் எரிச்சலான ஒரு எதிர்வினைதான் அவரிடம் வெளிப்படும். அவன் எப்போதும் செல்வியோடே இருக்கிறானே என்ற பொறாமையாக இருக்கலாம்.

மெஸ் கட்டடத்தின் மீதான வழக்கில் தீர்ப்புத் தேதி நெருங்கிக் கொண்டிருப்பதாகப் பேசப்பட்டது. அதன் பரபரப்பு நாயர் மெஸ் ஆட்களிடமும் காணப்பட்டது. அன்னம்மாவிடம் தனது விசு வாசத்தை காட்டும் வகையில் ராமசாமி திருப்பதிக்குப் போய் வெங்கடேஷப்பெருமாளை தரிசித்துவிட்டு மொட்டை போட்டுக் கொண்டு வந்தார்.

எதிர்பார்த்தது போலவே வழக்கில் அன்னம்மா ஜெயித்து விட்டாள். இதனால் ஆத்திரமடைந்த நாயர் மகன், அன்னம்மாவை கொல்லாமல் விடமாட்டேன் என நீதிமன்ற வளாகத்திலேயே சபதம் போட்டுவிட்டுச் சென்றானாம். நாயரின் மனைவி மண்ணை வாரித் தூவி ''நீ நாசமாத்தான் போவ'' என சாபமிட்டபடியே சென்றாளாம்.

இந்த இடத்தில் இந்த வழக்கோடு ஜெயலலிதா மீதான சொத்துக்குவிப்பு வழக்கை ஒப்பிட வேண்டாம். அப்படி எழுதும் யோசனையும் எனக்கில்லை. அப்படி எழுதினால் கதை அளவுக்கு அதிகமான அபத்த நாடகமாக போய்விடும். நிஜ வாழ்க்கையில், வரலாற்றில்இதுபோலஆயிரம்அபத்தங்கள்அரங்கேறிக்கொண்டுதானே

இருக்கின்றன. அதை எல்லாம் கதையாக்கினால் கதை சீக்கிரத்திலயே அழுகிப்போய்விடுமல்லவா.

இனி கதையின் போக்கு எப்படி அமைந்தது என்று பார்ப்போம். கதைச்சொல்லி கதையைத் தொடர்கிறார்:

எங்களுக்குப் பொதுத் தேர்வு தொடங்குவதற்கு ஒரு மாதம் இருக்கும் போதுதான் ஒரு நாள் காலை ராஜா சார் வந்து ரகசியமாகச் சொன்னார் அன்னம்மா இறந்துவிட்டாள் என்று. அளவுக்கு அதிகமான போதை அவளைக் கொன்றுவிட்டதாகச் சொன்னார். நடு இரவைத் தாண்டி அவளுடைய மரணம் நிகழ்ந்திருந்தது.

மெஸ்ஸின் முன் வாசலைப் பூட்டியிருந்தார்கள். பின்பக்கமாக உள்தள்ளியிருந்த வீட்டின் பின்வாசலை திறந்து வைத்து அடுத்தத் தெரு வழியாக சங்கரும் ராமசாமியும் வெளியே போய் வந்து கொண்டிருந்தார்கள். அவர்களுக்கென அவசரமான சில வேலைகள் இருந்தன. செல்வி வீட்டிலேயே இருந்தாள். அவள் சில உத்தரவுகளை அவர்களுக்கு அளித்துக்கொண்டிருந்தாள். ராஜா சாரின் ஆலோசனையின் பேரில் அன்னம்மாவின் மரணச் செய்தியை மாலையில் சொல்வதென முடிவு செய்யப்பட்டிருந்தது. அதற்குள் குளிர்பதனப் பெட்டி முதலான அனைத்து ஏற்பாடுகளும் செய்யப்பட்டுவிட வேண்டும். முக்கியமாக அன்னம்மாவுக்கு வரவேண்டிய பெரிய அளவிலான தொகையை இரண்டு பேரிடம் வாங்கிவிடவேண்டும் என்பதே அவர்களின் திட்டம். இல்லையென்றால் அது வராமலேயே போய்விடுமோ என்ற அச்சம். அன்னம்மாவின் மரணச் செய்தி தள்ளிப்போனது அதனால்தான்.

அன்று மாலை அன்னம்மாவின் மரணம் ஊருக்குத் தெரிவிக்கப் பட்டது. மறுநாள் மதியம் இறுதி ஊர்வலம் நடைபெற்றது. நாயரின் கல்லறைக்குப் பக்கத்திலேயே அன்னம்மா புதைக்கப்படவில்லை, எரிக்கப்பட்டாள்.

பலரும் எதிர்பார்த்தபடியே அன்னம்மா இறந்து ஒரு மாத காலத்துக்குள் சம்பவங்கள் நடக்கத் தொடங்கின. எங்களை ஆச்சர்யப் படுத்திய விஷயம், செல்வி மீது காவல் நிலையத்தில் ராமசாமி புகார் கொடுத்தார் என்பதுதான். அன்னம்மா அதிக குடிபோதையில் இறக்கவில்லை. சொத்துக்கு ஆசைப்பட்டு செல்விதான் பிராந்தியில் விஷம் கலந்து கொடுத்து அன்னம்மாவைக் கொன்றுவிட்டாள். அதனால் தான் அவசரஅவசரமாக சடலத்தை கொண்டு போய் எரித்துவிட்டார்கள் என்று.

ராஜா சாரின் ஆலோசனையின் பேரில் செல்வி ஒரு புகார் கொடுத்தாள். அதில், ஏற்கெனவே திருமணமான என்னை ராமசாமி திருமணம் செய்துகொள்ளச் சொல்லி வற்புறுத்துகிறார். இரவில் படுக்கைக்கு அழைத்துத் தொல்லைத் தருகிறார். சம்மதிக்கவில்லை என்றால் கொலை செய்துவிடுவதாக மிரட்டுகிறார். அவரிடமிருந்து எனக்குப் பாதுகாப்பு வேண்டும் என புகாரில் சொல்லியிருக்கிறாள்.

இதனால் ராமசாமி நிலைகுலைந்து போனார். ராஜா சாரிடம் வந்து, அந்த மெஸ்ஸை நம்பியே கல்யாணம் கூட பண்ணிக்கொள்ளாமல் வாழ்க்கையை வீணடித்துவிட்டதாகவும் தனக்கு ஒரு தொகையைப் பெற்றுத்தந்தால் இந்த ஊரைவிட்டேப் போய்விடுவதாகவும் கண்ணிர்விட்டு கெஞ்சினார். அதன்படி ஒரு தொகையை தர செல்வி சம்மதிக்க பிரச்சினை முடிவுக்கு வந்தது.

அதன் பின்னர் செல்வியும் சங்கருமே அந்த மெஸ்ஸை நிர்வகித்து வந்தாகவும் அன்னம்மாவின் ஒரே வாரிசு செல்வி என்பதால் அந்த சொத்து செல்விக்கே சென்றுவிட்டதாகவும் கணேசன்தான் எனக்குச் சொன்னான். சென்னை வந்த பிறகு அவனுடையத் தொடர்பும் அறுந்துவிட்டது.

டாஸ்மாக் பாராக மாறிப்போன அந்த நாயர் மெஸ்ஸில் போடப்பட்டிருந்தமேஜைக்கு எதிரே உட்கார்ந்து குடித்துக்கொண்டிருந்த போது ஒரு கற்பனைத் தோன்றியது. அதையே கதையின் முடிவாகவும் வைத்திருந்தேன். அது இப்படி அமைந்திருந்தது:

குடிகாரர்களெல்லாம் கிளம்பிப் போனப் பிறகு நாயரின் ஆவியும் அன்னம்மாவின் ஆவியும் ஒரு மேஜைக்கு எதிரெ உட்கார்ந்து குடித்துக்கொண்டிருக்கின்றன. பழைய நினைவுகளை அசைப் போட்டு மகிழ்கின்றன. சில பொழுது நாயர் மெஸ்ஸின் இன்றைய நிலையை எண்ணி கண்ணீர் விட்டு அழுகின்றன. புகை மண்டலம் ஒன்று எழுந்து பாரை நிறைக்க அது ஒரு கனவுப் பிரதேசமாக மாறிவிடுகிறது. சினிமாவில் எம்ஜியாரும் ஜெயலலிதாவும் நடனமாடுவது போல அங்கே நாயரும் அன்னம்மாவும் பளப்பளப்பான ஆடைகளை அணிந்து ஓடிப் பிடித்து ஆடத் தொடங்குகின்றனர்.

நேர்காணல்

நாங்கள் கேன்டீனில் எதிரெதிரே அமர்ந்திருந்தோம். எங்களுக்கு முன் அருந்தி முடித்திருந்த காப்பி டம்ளர்கள் இருந்தன.

''உங்க சொந்த ஊரும் சிவகிரிதான்'' அவர் சொன்னார். ''அது இப்போ சீரழிக்கப்பட்டுவிட்டது. ஆன்மிக ஸ்தலமாக இருந்த ஊர் இப்போது வியாபார ஸ்தலமாகிவிட்டது.''

என்னுடை கருத்துகளை அவர் எதிர்க்கப்போகிறாரா வரவேற்கப் போகிறாரா எனத் தெரியவில்லை. ஆனால் எனக்கு அனுகூலமான ஏதோ ஒன்று நிகழ்ந்துகொண்டிருந்தது. சிவகிரி செய்தியாளர் பணிக்கான எழுத்துத் தேர்வில் தேர்வாகி இருந்த நான் நேர்காணலுக்கு அழைக்கப்பட்டிருந்தேன். அதை நடத்திக்கொண்டிருந்த செய்தி ஆசிரியரின் அறைக்கு கடைசியாக நான் அழைக்கப்பட்டேன்.

தயங்கியபடி நின்ற என்னை அவர் உட்காரச் சொன்னார். அவருடைய கையில் நான் எழுதியிருந்த காகிதங்கள் இருந்தன. என்னை கவனிக்காமல் அதை வாசித்துக்கொண்டிருந்தார். பிறகு அவற்றை மேஜை மேல் வைத்துவிட்டு என்னைப் பார்த்தார். லேசாகப் புன்னகைத்தார்.

''காப்பி சாப்பிட்டு வருவோமா'' என்றார்.

வேறு எதுவும் என்னிடம் கேட்பதற்கு இல்லையா என்ன? நான் குழப்பத்துடன் பார்த்தேன். ஒருவேளை இது அவர் காப்பி சாப்பிடும் நேரமாக இருக்கலாம். ஒரு சம்பிரதாயத்துக்காக என்னை கூப்பிடுகிறவராக இருக்கலாம். அல்லது அவருக்கே உரிய புறக்கணிப்புப் பாணியா?

அவர் தனது இருக்கையிலிருந்து எழுந்துகொண்டார். இன்னும் உட்கார்ந்திருந்த என்னைப் பார்த்து அவர்

சொன்னார், ''கேள்வியெல்லாம் அப்புறம் கேட்டுக்கலாம். வாங்க முதல்ல கேன்டீன் போயி காப்பி சாப்பிட்டு வருவோம்.''

நான் அவருடன் நடந்தேன். இது எனக்களிக்கப்பட்ட மரியாதை என்றால் அதற்கு நான் தகுதியானவனா என எனக்குத் தெரியவில்லை. இந்த பிரபல நாளிதழில் முக்கிய பதவி வகிக்கும் அவர் என்னை முதல் சந்திப்பிலேயே காப்பி சாப்பிட அழைத்துச் செல்வது என்னை போன்ற ஒருவனை திணறச் செய்யும்தானே?

அலுவலகத்திலிருந்து கேன்டீன் தொலைவில் இருந்தது. இடையில் அந்த பத்திரிக்கையின் பல்வேறு துறை அலுவலகங்களும், பத்திரிகை அச்சடிக்கும் இடங்களும் எதிர்பட்டன. கேட்டீன் விஸ்தீரணமான இடமாகத் தெரிந்தது. அங்கிருந்த மேஜைகளில் பாதியை நிறைக்கும் அளவுக்கு ஆட்கள் உட்கார்ந்து உணவு சாப்பிட்டபடியும் காப்பி அருந்தியபடியும் பேசிக்கொண்டிருந்தனர்.

தன்னிடமிருந்த டோக்கனைக் கொடுத்து அவர் இரண்டு காப்பியை வாங்கினார். நாங்கள் இருவரும் அதை எடுத்துக்கொண்டு வந்து இந்த மேஜைக்கு முன்னே உட்கார்ந்து அருந்தத் தொடங்கினோம். அதை முடிக்கும் வரை அவர் எதுவுமே என்னிடம் பேசவில்லை.

பிறகுதான் எழுத்துத் தேர்வில் நான் சிவகிரி பற்றி எழுதியிருந்த கட்டுரை குறித்து அவர் பேசத் தொடங்கியிருந்தார்.

'' நிறைய புத்தகங்கள் படிப்பீங்கன்னு தெரியுது. எழுத்து மீதுள்ள ஆர்வத்தில் வந்திருக்கீங்க.''

அவர் சங்கடத்துடன் சிரித்தார். ஒரு அதிகாரிக்குரிய தோரணை அவரிடம் இல்லாதது அவனுக்கு ஆறுதலாக இருந்தது. சட்டையைக் கூட டக்கின் செய்யாமல் சகஜமான தோற்றத்தில் இருந்தார்.

அவர் சொன்னார், ''நீங்க புத்தகத்தில படிச்சதுக்கும் செய்யப் போற தொழிலுக்கும் எந்த சம்பந்தமும் இல்லை. அச்சுத் தொழில் நச்சுத் தொழில்ன்னு சொல்லுவாங்க. அது பொய்யில்ல. கல்யாணமே பண்ணிக்காதேன்னு சில புருஷன்மார் தன் பொண்டாட்டி மேலுள்ளக் கோபத்துல சொல்லுவாங்க. இந்த வேலைக்கு மட்டும் வந்துடாதேன்னு தன்னோட மேலதிகாரி மேல இருக்கிற கோபத்துல சிலர் சொல்லுவாங்க. அது மாதிரி நான் சொல்லல. இது நூறு சதவீதம் உண்மையான வார்த்தை.''

யோசனையுடன் காணப்பட்டார். பிறகு பேசினார்.

''நானும் சிவகிரியில்தான் முதன் முதல்ல ரிப்போர்ட்டரா வேலைக்குச் சேர்ந்தேன். இருவது வருஷம் ஆயிடுச்சி...''

காப்பி டம்ளரை சற்றே நகர்த்தி வைத்த அவர் புன்னகையுடன் என்னைப் பார்த்தார். பல அர்த்தங்கள் அதில் ஒளிர்ந்தன. ஏதோ சொல்ல விரும்பியே அவர் என்னை இங்கே அழைத்து வந்திருக்கிறார்.

சம்பிரதாயமான ஒரு நேர்காணலை நிகழ்த்தாமல், கேன்டீன் வரை அழைத்து வந்திருப்பது அதனால்தான் போலும்.

"அப்போ உங்க வயசுதான் எனக்கும். நீங்க எழுதியிருக்கிற மாதிரி சிவகிரி அப்போ ஒரு அமைதியான ஆன்மிக நகரம்தான். டீ சாப்பிட கோபாலரின் ஆசிரமத்துக்கு எதிர்ல இருக்கிற டீக்கடைக்குத்தான் போவோம். உட்கார்ந்து நிறைய நேரம் பேசிக்கிட்டிருப்போம். சமீபத்தில போனப்ப அது சந்தைக் கடை போலத்தான் இருந்தது. அங்கே போய் எங்கே அமைதியைத் தேட்றது ஆன்மிகத்தைத் தேட்றது?

"ரெண்டு வருஷம் அங்க வேலை பார்த்தேன். அப்புறம் மாற்றல் வாங்கிக்கிட்டு ஓடி வந்துட்டேன். நானா ஓடிவர்ல, துரத்திட்டாங்க" அவர் சிரித்தார். "வசமா சிக்கியிருந்தா போட்டுத் தள்ளியிருப்பாங்க."

அவர் கேட்டார், "நீங்கள் சிவகிரியேவா இல்லப் பக்கத்தில ஏதாவது ஊரா?"

சிவகிரிதான் எனச் சொன்னேன். அதற்கு பக்கத்தில் ஒரு ஊரின் பெயரைச் சொல்லித் தெரியுமா என்றார். தெரியும் என்றேன். அது தெரியாமலா?

"விபத்து, கொலை, திருட்டுன்னு எல்லாச் செய்தியையும்தான் தினமும் போட்றோம். ஆனா சில செய்திங்கதான் எங்கள நிமிர்ந்து உட்கார வைக்கும். அப்படி அந்த கிராமத்தில ஒரு கொலை நடந்தது. ஒரு கொலை இல்லை இரண்டு."

அவர் தனது இளமையில் நிகழ்த்திய சாகசம் ஒன்றைச் சொல்லப் போகிறார் என்பது தெரிந்தது. கொஞ்சம் வயதாகி விட்டாலே இந்த பிரஸ்தாப குணம் வந்துவிடும் போலும். அது கேட்பவனுக்கு பயனுள்ளப் பாடமாக இருந்தால் பரவாயில்லை. சுய தம்பட்டம் என்றால் சங்கடம்தான். இங்கு என்ன நேரப்போகிறதோ. நான் கேட்கத் தயாரானேன்.

அவர் சொன்னார், "அந்தச் செய்தியை முதல்ல நாங்க போடல. கொலை நடந்து பத்து நாளு கழிச்சி ஒரு கிரைம் பத்திரிகையிலதான் முதன் முதலா வந்தது. என்னோட நண்பர்தான் அதை எழுதினார்."

அவர் சிரித்தார். தன் முழுக்கை சட்டை மடிப்பைப் பிரித்து மீண்டும் சரியாக மடித்து விட்டுக்கொண்டார்.

அவர் சொன்னார், "விஷயம் எனக்குத்தான் மொதல்ல தெரிய வந்தது. அந்த ஊர்க்காரர் ஒருத்தர் எனக்கு நண்பரா இருந்தார். அவர்தான் எனக்குச் சொன்னார். ஆதார மில்லாம, வழக்குப் பதியாத எந்த போலீஸ் சம்பந்தப்பட்ட செய்தியையும் நாங்கப் போட்றதில்லை. எவ்வளவு உறுதியா தெரிஞ்சாலும் அதுமாதிரி செய்தியை அடிக்கவே கூடாது. அது பெரிய சிக்கல கொண்டு வந்து நிறுத்திடும்."

உண்மைதான். மற்ற பத்திரிகைப் போல சம்பவத்தை பக்கத்தில்

இருந்து பார்த்தது போல எழுதும் வழக்கம் இவர்களிடம் இல்லை. செய்திகளை-பிரசுரிப்பதில் தங்களுக்கென ஒரு கண்ணியத்தை அவர்கள் கடைபிடித்து வந்தார்கள். அதுதான் என்னையும் இழுத்து வந்திருக்கிறது. இவர் தற்போது பேசிக்கொண்டிருப்பது எனக்கான அறிவுரையா? நான் நிருபராவது உறுதியாகி விட்டதா என்ன? என் மனம் கொஞ்சம் கிளர்ச்சி காணத் தொடங்கியது.

"விஷயம் முதல்ல வெளியே வரட்டும்ன்னு நான்தான் அவருக்குச் சொன்னேன். ரெண்டு ஊர்க்காரங்க சேர்ந்து மறைச்ச அந்த ரகசியம் பிறகு வெளியே வந்திடுச்சி. அவரு அவுங்க பத்திரிக்கை ஸ்டெய்ல விலாவாரியா துப்பறிஞ்சி எழுதிட்டாரு. ஒருத்தர் வாய இரண்டு பேருடைய வாய அடைச்சிடலாம். ரெண்டாயிரம் பேரோட வாயை அடைச்சிடலாம்ன்னு அவுங்க நினைச்சது பெரிய முட்டாள்தனம்.

"அன்னைக்கு ஊர் கட்டுப்பாடுகள் அதிகம். அத அவுங்க உறுதியா கடைபிடிச்சாங்க. அதனாலதான் விஷயம் வெளியே வர பத்து நாள் ஆயிடுச்சி. இன்னிக்கி ஒருநாள் கூட அது மாதிரி ரகசியங்கள் தங்காது.

"அந்த ஊருக்குள்ள போலீஸோ, பத்திரிகைக் காரனோ அவ்வளவு சுலபத்தில நுழைஞ்சிட முடியாது. அது மாதிரி கிராமங்க எல்லாம் தனித் தனி ராஜ்ஜியம் மாதிரி. ஊர் விவகாரங்கள் அதுகுள்ளவே முடங்கிடும். போலீஸ் ஸ்டேஷனும் அவுங்கதான், கோர்ட்டும் அவுங்கதான். இங்க மாதிரி கேஷுங்க வருஷா கணக்கா இழுத்தடிக்காது. உடனே விசாரணை உடனே தீர்ப்பு. தப்பு செஞ்சா கம்பத்தில கட்டி வச்சி அடிப்பாங்க. அபராதம் போடுவாங்க. மானத்த வாங்கிடுவாங்க."

இதெல்லாம் எனக்கு தெரிந்த விஷயங்கள்தான். மேலே அவர் என்ன சொல்லப் போகிறார் என நான் காத்திருந்தேன். ஏன் இந்த முஸ்தீப்போ.

"சொந்த ஊர்ல சொந்த சாதியில பொண்ண கூட்டிகிட்டு ஓடினாலே விடமாட்டாங்க. சின்னதம்பி கவுண்டரோட மகன் பக்கத்து ஊர்காரியான ஒரு பாப்பார பொண்ண கூட்டிகிட்டு ஓடிட்டான். விடுவாங்களா?"

அவர் உற்சாகத்துடன் சொல்லத் தொடங்கினார்.

"சின்னத்தம்பி கவுண்டர் அந்த ஊர்ல பெரிய விவசாயி. அவருக்கு மூணு பையங்க. ஒரு மகக்கூட இருந்ததாக சொன்னாங்க. பொண்ணக் கூட்டிகிட்டு ஓடிப்போனவன் கடைகுட்டி. ஏதோ ஒரு கோயில்ல அவளுக்கு தாலி கட்டி ஆறு மாசம் எங்கியோ கொண்டு போய் வச்சிருந்திருக்கான். அவுங்கள தேடிக் கண்டு பிடிச்சி கூட்டிகிட்டு வந்துட்டாங்க. அந்த பொண்ணு கர்ப்பமா இருந்திருக்கா. அதனால பஞ் சாயத்துப் பேசி சமாதானம் பண்ணி ரெண்டு பேரையும் வாழவிட்டாங்க. அவன் ஊருக்குள்ள இல்லாம நிலத்திலேயே இருந்த கூரை வீட்ல தன் பொண்டாட்டியோட குடித்தனம் பண்ணிக்கிட்டிருந்தான். ஒரு பெண் குழந்தையும் பிறந்திடுச்சி.

“ஆனா சின்னதம்பிக் கவுண்டனுக்கு மனசு ஆறல. இது பெரிய அவமானமா போயிடுச்சி அவருக்கு. மகனால ஊர்ல தன்னோட கௌவரம் போயிடேச்சேன்னு மனசுக்குள்ள புழுங்கியிருக்கிறார். தன்னோட மூத்த பசங்கக்கிட்ட பேசி ஒரு முடிவுக்கு வந்தார். ஒரு நாளு ராத்திரி அந்தப் பையன் எங்கியோ வெளியூர் போயிருந்த சமயம் பார்த்து மூணு பேரும் போயி அந்த பொண்ண வெளியே இழுத்து வந்து அடிச்சியே கொன்னிருக்காங்க. அந்த குழந்தையையும் கொன்னுட்டாங்க.”

அவர் தனது உற்சாகத்தை குறைத்துக் கொண்டு சொன்னார்,

“அது சாதாரண கொலை இல்லை, குரூரமானக் கொலை. சித்ரவதைப் பண்ணிக் கொன்னிருக்காங்க. மாடு கட்ற மொலக்குச்சியை பிடுங்கி வந்து அவளோட பிறப்புறுப்புல சொருகியிருக்காங்க. அந்த குழந்தைய வீட்டுச் சுவர் மேல வீசி எரிஞ்சிருக்காங்க. அவ்வளவு ஆத்திரம்.”

அவர் சிறிது நேரம் அமைதியாக இருந்தார். அந்த கொலை அவரை அதிகம் பாதித்திருந்திருக்க வேண்டும்.

அவர் சொன்னார், “அந்தக் குழந்தையோட அந்தப் பெண்ணு மொட்டக் கெணத்தில குதிச்சி தற்கொலை பண்ணிகிட்டதா ஊர்ல சொல்லி நம்ப வச்சிருக்காங்க. போலீஸுக்குத் தகவல் கொடுக்காம ரெண்டு பொணத்தையும் எரிச்சிட்டாங்க. அந்தப் பொண்ணு பக்கத்து ஊர்காரிங்கறதால அந்த ஊர் முக்கியஸ்தர்கள்கிட்ட ரகசியமாப் பேசி அவுங்க அப்பன் போலீஸுக்குப் போகாம சமாதானப் படுத்தியிருக்காங்க. அவன் அந்தப் பகுதியில கல்யாணம் காரியம்ன்னு புரோகிதம் பண்ணிக்கிட்டிருந்த ஒரு அய்யர். அவுங்க யாரையும் பகைச்சிகிட்டு அவனால் அங்கே பொழப்ப ஓட்ட முடியாது இல்லையா? அவுங்க கொடுத்த பணத்த வாங்கிக்கிட்டு அமைதியாயிட்டான். அந்த ஏரியா விஏஓவையும் பணத்தக் கொடுத்து வாய அடைச்சிட்டாங்க.”

சிறிது நேர மௌனத்துக்குப் பின்னர் அவர் சொன்னார், “இதெல்லாம் நடக்கும்தான். பல விஷயங்க இப்படித்தான் தடமில்லாம அடங்கிப் போகும். ஆனா இந்த விஷயம் ஊர் பூரா தெரிஞ்சி போச்சி. அது தற்கொலைன்னு யாரும் நம்பல. அந்த நிலத்து பண்ணையாள் பம்பு செட்டு மேல அப்பப் படுத்திருந்திருக்கான். எல்லாத்தையும் அவன் பாத்துகிட்டு இருந்திருக்கான். அவன் மூலமாத்தான் என்ன நடந்ததுன்னு ஊர்க்காரங்களுக்கு தெரியவந்திருக்கு.

“நண்பர் இந்த விஷயத்தை சொன்னதும் என்ன பண்றதுன்னு தெரியல. அப்ப சுப்பிரமணிதான் எடிட்டரா இருந்தாரு. அவருக்கு போன் பண்ணிப் பேசினேன். போலீஸ் கேஸ் போடாம எதையும் எழுதக்கூடாதென்னு கறாராச் சொல்லிட்டார். அப்பறந்தான் அந்த கிரைம் பத்திரிகை நண்பரிடம் சொன்னேன். அதெல்லாம் அவுங்களுக்கு லட்டு மாதிரி. உடனே எழுதிட்டார்.

"விஷயம் பத்திரிகையில் வந்ததும் அவுங்க தலைமறைவாயிட்டாங்க. போலீஸ் அவுங்கள எங்கெல்லாமோ தேடி அலைஞ்சது. அப்புறம் சிவகிரி கோர்ட்டுல சரணடைஞ்சாங்க. ஆறுமாசமோ என்னவோ ஜெயில்ல இருந்தாங்க. அப்புறம் ஜாமின்ல வெளியே வந்துட்டாங்க. வந்ததும் மொதல்ல அவுங்கத் தேடனது அந்த பத்திரிகையில எழுதன நண்பரைத்தான். அகப்பட்ட அவர் உதை தாங்காம என் பக்கம் கையைக் காட்டிட்டார்.

"அவர் எழுதலன்னாலும் அது எப்படியாவது வெளிய வந்திருக்கும். ஆனா பழி எங்க மேலன்னு ஆயிடுச்சி. சின்னதம்பி கவுண்டருக்கு சாதி சங்க பலம் இருந்தது. அவரு அமைதியா இருந்தாலும் அவுங்க விட்டாத் தானே. தோண்டித் துருவி ஆள கண்டு பிடிச்சிட்டாங்க."

அவர் சிரித்துக் கொண்டே சொன்னார், "அப்புறம் என்ன துரத்தல் பதுங்கல் படலம்தான். அவுங்க என்னத் தேடி கொலை வெறியில அலைஞ்சிகிட்டிருந்தாங்க. நான் திருச்சிக்கு ஓடி மாமா வீட்டில சில நாள் தங்கியிருந்துட்டு நெல்லைக்கு மாற்றல் வாங்கிக்கொண்டு போயிட்டேன்."

அவர் சிறிது நேரம் அமைதியாக இருந்தார். பின்னர் தனக்குள்ளாக எதையோ யோசித்தவராகப் புன்னகைத்தார்.

"இன்னொரு காப்பி சாப்பிடலாமா?" என்று கேட்டார்.

நான் வேண்டாம் என்றேன்.

அவர் குடித்தார்.

பிறகு அவர் சொன்னார், "கோர்ட்டில ஆஜராக வந்தப்பதான் சின்னதம்பி கவுண்டரையும், அவருடைய மகன்களையும் நேராப் பார்த்தேன். அந்தக் கொலையையும் அவுங்களையும் சம்பந்தப்படுத்தியே பாக்க முடியல. இவுங்களா அந்த கொடூரமான கொலைய செஞ்சாங்கங்கற மாதிரி ஆச்சர்யமா இருந்தது. அவ்வளவு அப்பாவியா இருந்தாங்க. உண்மையச் சொல்றதுன்னா, இவுங்களப் போயி சிக்க வைச்சிட்டமேங்கற குற்ற உணர்வுதான் எனக்கு வந்தது."

யோசனையுடன் அவர் சொன்னார், "இந்த ஜாதி விஷயத்தில அவுங்க சென்சிட்டிவா இருக்காங்க. உயர்ந்த ஜாதியோ தாழ்ந்த ஜாதியோ எந்த ஜாதியா இருந்தா என்ன? கல்யாணம்ன்னு வந்துட்டா எல்லாம் அப்படித்தான் மாறிப்போயிட்றாங்க. அதுவும் கிராமத்துல இருக்கவங்களால அதையெல்லாம் விடமுடியல. காலம்காலமா அவுங்க ரத்தத்துல ஊறுன விஷயமா அது இருக்கு. காலம் எவ்வளவு மாறினாலும், விஞ்ஞானம் எவ்வளவு வளர்ந்தாலும் அது மட்டும் ஒரு தீ மாதிரி பொகஞ்சிகிட்டே இருக்கு. கொஞ்சம் காத்தடிச்சாலே பத்திகிட்டு எரிய ஆரம்பிச்சிடுது. சில பேர் அத ஊதி விடவும் செய்யறாங்க. அது அவுங்க பொழப்பாப் போயிடுச்சி."

சிறிது நேரம் அவர் அமைதியாக இருந்தார். பின்னர் தன்னை அந்த உணர்விலிருந்து விடுவித்துக் கொண்டவராக புன்னகையுடன் சொன்னார், "வாங்க ஆபீஸ் போவோம்."

பிறகு எதுவும் பேசாமல் நாங்கள் இருவரும் அலுவலக அறைக்கு வந்தோம். இதையெல்லாம் என்ன காரணத்துக்காக அவர் சொன்னார் என்ற கேள்வி எனக்குள் எழுந்த வண்ணம் இருந்தது. பத்திரிகையாளனாக ஆகும் ஆர்வத்தில் வந்துள்ள எனக்கான அறிவுரையா? சின்னதம்பி கவுண்டன் போன்ற அப்பாவி விவசாயியை சிக்க வைத்துவிட்டோமே என்ற குற்ற உணர்விலா அல்லது ஜாதி குறித்த தனது பார்வைக்கான ஆதரவு தேடலா?

அவர் சொன்னார், "சரி நீங்க ஊருக்கு போங்க. என்னைக்கு ஜாயின் பண்றதுன்னு போன் பண்ணி சொல்றேன்."

நான் பெரும் மனக்கிளர்ச்சியுடனும் குழப்பத்துடனும் வெளியே வந்தேன். அடுத்த வாரம் பணியிலும் சேர்ந்தேன்.

அவர் அவ்வளவு அன்னோன்யமாகவும் உணர்ச்சியுடனும் பேசிக்கொண்டிருந்தது இப்போதும் துல்லியமாக என் நினைவில் இருக்கிறது. ஆனால் அப்போது நான் அவரிடம் சொல்லாத விஷயமொன்று எனக்குள் ஓடிக்கொண்டே இருந்தது. சின்னசாமி கவுண்டர் என் தாத்தா என்பதும், அவருடைய மகள் வயிற்றுப் பேரன்தான் நான் என்பதும்தான் அது.

பணியில் சேர்ந்து அவருக்குக் கீழ் பல வருஷங்கள் நான் வேலை செய்த போதும், பல சிக்கலான செய்திகள் தொடர்பான ஆலோசனை பெற தொலை பேசியில் அவருடன் பேசிய போதும், பல அலுவல் கூட்டங்களில் அவரைச் சந்திக்க நேர்ந்த போதும் அவரிடம் நான் சொல்லாமல் விட்டுவிட்ட விஷயம் அது. சொல்லியிருந்தால் அவருடைய எதிர்வினை என்னவாக இருந்திருக்கும் என்று பலவாறாக நான் யோசித்துப் பார்ப்பதுண்டு. இந்த வேலை எனக்குக் கிடைக்காமலேயே கூட போயிருக்கலாம்.

வார்த்தை

அவள் எழுப்பினாளா, அவனே எழுந்தானாத் தெரிய வில்லை, அவன் விழித்துப் பார்த்த போது கணினி மேஜை-யின்மேல் காப்பியைக் கொண்டு வந்து வைத்துவிட்டு அவள் நின்றிருந்தாள். அவள் கண்கள் அவனையேப் பார்த்துக் கொண்டிருந்தன. இது வழக்கத்துக்கு மாறான ஒன்று. அவள் பார்வையை அந்த விதமாக எதிர்கொள்ள அச்சப்பட்டவனாக என்ன என்பது போல அவனும் பார்த்தான். அவள் முகம் கோபத்திலும் துக்கத்திலும் துடித்துக்கொண்டிருந்தது.

பதைத்துப் போனான். அவன் மீதான, அவன் பொருட் டான கோபம்தான் அது. ஏன் என்பதுதான் அவனுக்கு விளங்கவில்லை.

அவன் கேட்டான், "என்ன…?"

இக்கேள்விக்காகவே காத்திருந்தது போல அவள் உடைந்து நொறுங்கினாள், "என்னவா? என்ன மனுஷன் நீ, என்ன யாருன்னு நெனச்சி அந்த வார்த்தையச் சொன்ன?"

அவனுக்கு விளங்கவில்லை. "நான் என்ன சொன்னேன்?"

"என்ன சொன்னயா? ராத்திரி முழுக்க நான் தூங்கலத் தெரியுமா?" அவள் அழுதாள். இது அவனை நிலைகுலையச் செய்தது. படுக்கையிலிருந்து எழுந்து கால்களைத் தரையில் வைத்து அவள் பக்கம் திரும்பி உட்கார்ந்தான். யோசித்தான், அப்படி சொல்லியிருந்தால் இரவுதான் அவன் ஏதாவது சொல்லியிருக்க வேண்டும். ஆனால் ஞாபகம் வரவில்லை.

"நான் என்ன சொன்னேன்? புரியல சித்ரா"

பதில் பேசாமல் உடல் குலுங்க அவள் அழுது கொண்டிருந்தாள். இப்போது எதுவும் சொல்ல மாட்டாள் என்பது தெரிந்தது. அவளுடைய குணத்துக்கு அது பொருத்த

மானதில்லை. அப்படி சொல்லிவிட்டால் அது அவனோடு சமரசம் செய்து கொண்டதற்கு ஒப்பானதாகும், அதற்கு அவள் தயாரில்லை. அவளுடைய கோபம் அதற்கும் அப்பாற்பட்டது. அப்படி ஒரு வார்த்தையை அவன் சொல்லியிருக்கிறான். என்னதான் வார்த்தை அது, இது வரை அவளை நோக்கி சொல்லியிருக்காத அந்த வார்த்தை?

அவள் சொல்லவில்லை என்றாலும் அவ்ளை சமாதானப் படுத்த வேண்டிய நிலையில் அவன் இருந்தான். இந்த சச்சரவு இந்த அறையோடு முடிந்துவிட வேண்டும். அதுதான் பாதுகாப்பானது. அவன் குடும்பத்தில் உள்ள மற்றவர்களுக்குத் தெரியக் கூடாது. எவ்வளவோ நாட்கள் இந்த அறையில் அவர்கள் சண்டையிட்டுக்கொண்டுள்ளார்கள். ஆனால் எதுவும் மற்றவர்களின் இடையீட்டுக்கு வழி வகுக்கும்படி ஆனதில்லை. ஒரு வேளை இருவருடைய முகபாவங்களை, வார்த்தையாடல்களை வைத்து இருவருக்குள் ஏதோ நடந்திருக்கிறது என அவர்கள் யூகிக்கும்படி இருந்திருக்கலாம், அவ்வளவுதான். அவளும் அவன் குறித்து எந்தக் குற்றச் சாட்டையும் அவன் பெற்றோரிடமோ, அவளுடைய பெற்றோரிடமோ கொண்டு சென்றதில்லை. நேற்று இரவு அவர்களுக்குள் வழக்கமான மோதல் இருந்ததுதான். ஆனால் அவள் இவ்வளவு புண்படும்படி எதுவும் சொல்லியதாக நினைவில் தங்கியிருக்கவில்லை.

அவன் எழுந்தான். அவளை நோக்கிப் போனான், தோளின் மேல் கை வைத்தான்.

''என்ன சித்ரா சொன்னேன்? சத்தியமா எனக்கு ஞாபகம் இல்ல''

இந்த சமாதானத்துக்கு ஈடானதில்லை அவளுடைய கோபம். அதைப் புலப்படுத்தும் விதமாக அவள் அவன் கையை உதறிவிட்டு கண்களை துடைத்துக்கொண்டே கதவை நோக்கி நகர்ந்தாள்.

பின்னர் திரும்பி அவனை நோக்கி ஆத்திரத்துடன் சொன்னாள், ''இவ்வளவு நாள் என் பையனுக்காகத்தான் பொறுத்துக் கிட்டிருந்தேன். ஆனா இனிமே என்னால இருக்க முடியாது.''

கதவைத் திறந்து கொண்டு அவள் அங்கிருந்து வெளியேறினாள்.

அவன் அந்நிலையிலேயே சிறிது நேரம் உறைந்து நின்றிருந்தான். பின்னர் திரும்ப வந்து கட்டிலின் விளிம்பில் உட்கார்ந்துகொண்டான். கணினி மேஜையின் மீது காப்பி ஆறிக்கொண்டிருந்தது.

'என்ன எழவு வார்த்தை அது?' தலையைப் பிடித்துக்கொண்டு யோசித்தான். இரவு நடந்ததை திரும்பவும் ஞாபகத்தில் கொண்டு வர முயன்றான். சமீப நாட்களில் அவன் அதிகம் குடிக்கத் தொடங்கியிருந்தான். வீட்டுக்கு வரும்போது குடித்துவிட்டு வருவது சகஜமாகிவிட்டது. சிலநாட்களில்அவளிடமிருந்துகடுமையானஎதிர்ப்பு இருக்கும். சில நாட்கள் 'நீ இப்படித்தான், நான் என்ன செய்வது?' என்பது போல அவள் வெறுப்புடன் கீழே பாய் விரித்துப் படுத்துக்கொள்வாள். போதை குறைவாக இருந்தால் அவளே உணவு பறிமாற விரும்புவான்.

சாப்பாட்டு மேஜையில் போய் உட்கார்ந்துகொள்வான். கொஞ்சம் அதிகமாகிவிட்டால் அவனே போட்டுக்கொண்டு சாப்பிட்டுவான். சில பொழுது பசியுடனேயே படுத்துக்கொண்டிருக்கிறான். பெரும்பாலும் வெளியே அவன் சாப்பிடுவதில்லை. நேற்று இரவு அவனே போட்டு சாப்பிட்டு வந்துதான் படுத்தான். மகன் குறித்து எதையோ அவன் கேட்க வேண்டியிருந்தது. அதுதான் வாக்குவாதத்தில் கொண்டுபோய் நிறுத்தியது. வழக்கம் போல அது சற்று உச்சத்துக்குப்போய் அவனுடைய பின்வாங்கலோடு முடிந்து போனது. இதற்கு நடுவே அவன் அவளை என்ன சொன்னான் என்பது நினைவுக்கு வரவில்லை. ஏதோ அவள் மனம் நோகும்படி சொல்லியிருக்கிறான். இல்லையென்றால் அவள் இவ்வளவு ஆர்ப்பாட்டம் செய்ய நேர்ந்திருக்காது. பாழாய்ப் போன என்ன வார்த்தைதான் அது?

இதே போன்று பலமுறை அவன் தவிப்புறும்படி அவள் நிறுத்தியிருக்கிறாள். அவனைப் பழிவாங்கும் ஒரு வழிமுறைதான் இது. அவன் நடவடிக்கைகளுக்குப் பொறுத்துப் போகிறாள் என்றாலும் அவள் அவ்வளவு அப்பாவி இல்லை. அவளுக்குள்ளும் சிறுசிறு தந்திரங்களும், சிறு சிறு பொய்களும், அவள் தரப்பு பலவீனப்படும்போது பேச்சை கீழ்நிலைக்கு கொண்டுபோய் வீழ்த்தும் சாகசமும் தெரிந்தவள்தான்.

அவர்கள் இருவருக்குள் காதல் மீதுரும் பிணைப்பு எப்போதும் நிரந்தரமாக இருந்ததில்லை. படுக்கையில்கூட அவள் தனக்காக இல்லாமல் அவன் பொருட்டே இணக்கம் காட்டுகிறாளோ என்றும் நினைப்பதுண்டு. அவர்கள் இருவரும் கணவன் மனைவியாக இருக்க வாய்க்கப் பெற்றவர்கள் அவ்வளவுதான். அவனுக்கு மனைவி, குழந்தை என ஒரு குடும்பம் தேவை. அவளுக்கும் அப்படித்தான். இந்த வாழ்க்கையை இப்படி வாழ விதிக்கப்பட்டவர்கள் அவர்கள்.

எவ்வளவு உச்சபட்ச சண்டையின் போதும் ஒருமுறை கூட அவன் கை நீட்டியதில்லை. அவனுடைய இயல்புக்கு அது பொருத்தமற்றது. யாருடனும் சண்டையை அவன் வெறுத்தான. அலுவலகத்திலோ, வெளியிலோ அதற்கான சூழல் ஏற்பட்டால் கவனமாக தயக்கமின்றி பின்வாங்கிவிடுவான். அவனுக்கு எதிராக சதியை நிகழ்த்தியிருந்தாலும், தந்திரங்களை பிரயோகித்திருந்தாலும், தவறு இழைத்திருந்தாலும் அவர்கள் முகத்துக்கெதிரே தன் கோபத்தைக் காட்டி அவர்கள் அவமானத்தில் குன்றுவதை அவனால் பார்க்க இயலாது. அவன் போய் அவன் மனைவியை என்ன வார்த்தை சொல்லி இப்படி புண்படுத்தியிருக்க முடியும்?

அவளுடைய இவ்விதமான தாக்குதல் அவனை அதிகம் வருத்தியது. சில நாட்களுக்கு முன்புகூட அவள் இப்படியான நிலைக்கு அவனை தள்ளிவிட்டு நின்றாள். யாரோ அவன் குறித்து அவளிடம் சொல்லியிருக்கிறார்கள். மதுவிடுதியிலிருந்து தடுமாறிக்கொண்டே அவன் வெளியே வந்தானாம். இருசக்கர வாகனத்தில் ஏறுவதற்குக் கூட அவனால் முடியவில்லையாம். அப்படி நிலை தவறும் அளவுக்கு எப்போதும் அவன் குடித்ததில்லை. இந்தக் குற்றச்சாட்டு

அதிகப்படியானது; அவனைக் குறித்த தரம் தாழ்ந்த விமர்சனம். அது அவளை அதிகம் அவனமானப்படுத்திவிட்டதாக அவள் சொன்னாள். ‘ஏன் இவ்வளவு கீழ்த்தரமா நடந்துகிற?’ என்று கேட்டு அவள் அழத்தொடங்கிவிட்டாள். கடைசி வரை அது யார் என்று அவள் சொல்லவில்லை. இந்தக் குற்றச்சாட்டை அவன் கழுத்தில் போட்டு அவள் இறுக்கத் தொடங்கிவிட்டாள். அவன் மூச்சுத் திணறிப் போனான்.

குடும்ப விஷயங்கள் எதையாவது கோடிட்டு காட்டிவிட்டு, முழு விவரங்களைச் சொல்லாமல் சொல்வாள், ‘இதெல்லாம் உனக்கு எதுக்கு? எதையும் காதுல போட்டுக்காத. உன் வேலை, உன் குடின்னு இப்படியே இருந்துடு.’ அவனை பெரிய குற்ற உணர்ச்சியில் ஆழ்த்திவிடுவாள். என்ன விஷயம் என வற்புறுத்திக் கேட்டாலும் கடைசிவரை சொல்லமாட்டாள். அது போன்ற ஒன்றுதான் இது என்றாலும், இதில் ஏதோ விபரீதம் கலந்திருக்கிறது. அவன் என்ன சொன்னான் என்பது தெரிந்தால்தான் அதற்குரிய பதிலைச் சொல்லவோ, மன்னிப்புக் கேட்கவோ முடியும். அதற்கான சந்தர்ப்பம் இப்போது கிடைக்குமா எனத் தெரியவில்லை. அவளை தனியே சந்தித்தால் மட்டும்தான் அதை செய்ய முடியும். இந்த அறைக்கு இப்போது அவள் வரமாட்டாள். பிறகு எங்கே பேசுவது?

அவன் வெளியே வந்தான். அவள் சமையல் அறையில் இருப்பது தெரிந்தது. அவன் வரவேற்பறையில் சோபாவில் போய் உட்கார்ந்தான். அங்கே வழக்கத்துக்கு மாறான எந்த அறிகுறியும் இல்லை. அவன் அம்மாவும் சமையல் அறையில் இருப்பது தெரிந்தது. அங்கே போய் அவளை சமாதானப்படுத்த முடியாது. அவனுடைய மகனுக்கு காலையிலேயே பள்ளிப் பேருந்து வந்துவிடும். அவன் சென்று விட்டிருந்தான். அவனும் அலுவலகம் கிளம்பியாக வேண்டும். அவளை இதே நிலையில் விட்டுவிட்டுச் செல்ல அவனுக்குத் தயக்கமாக இருந்தது. ஏதாவது விபரீதம் நிகழ்ந்துவிடுமோ என்று அஞ்சினான். அந்த யோசனையுடனேயேக் குளிக்கப் போனான். அந்த குழப்பமான மனநிலையிலேயே பல் துலக்கினான், கழிவறையைப் பயன்படுத்தினான், குளித்தும் முடித்தான்.

உடை மாற்றிக்கொண்டு வந்து பார்த்த போது அவள் வீட்டில் இல்லையோ என்ற சந்தேகம் எழுந்தது. அவன் அம்மாதான் அவனுக்கு உணவு பறிமாறினாள். அவள் எங்கே என்று கேட்டான். மார்க்கெட் போயிருப்பதாகச் சொன்னாள். வழக்கமாக மார்க்கெட் போக வேண்டும் என்றால் அவன் அலுவலகம் கிளம்பியப் பிறகுதான், துணியெல்லாம் துவைத்துவிட்டுப் போவாள். இவ்வளவு காலையில் அவள் ஏன் கிளம்பிப் போக வேண்டும்?

உணவு குறைவாகவே இறங்கியது. அதில் கவனம் இல்லை. போயிருந்தால் வழக்கமாக அவள் போகும் பல்பொருள் அங்காடிக்குத்தான் போயிருக்க வேண்டும். காய் கறி, மளிகை சாமான் எல்லாம் ஒரே இடத்தில்தான் அவள் வாங்குகிறாள். இதையே சாக்காக வைத்து அவள் வேறு எங்காவது சென்றுவிட்டிருந்தால்? அவள்

என்ன மனநிலையில் வீட்டிலிருந்துக் கிளம்பிப் போனாள் என்று தெரியவில்லை.

அவன் தன் இருசக்கர வாகனத்தைக் கிளப்பினான். ஆனால் அதை அவன் அலுவலகம் இருக்கும் திசையில் செலுத்தவில்லை. அவன் யோசனை முழுவதும் மனைவி குறித்தும் அவள் எங்கு போயிருப்பாள் என்றே இருந்ததால் அந்த பல்பொருள் அங்காடி இருக்கும் திசையில் சென்றுகொண்டிருந்தான். காலையில் அலுவலகம் புறப்படும்போது அன்று செய்யக்கூடிய முக்கிய வேலைகள் பற்றியே அவன் கவனத்தில் இருக்கும். அது சுமையாக அழுத்த அது பற்றியச் சிந்தனையிலேயேச் செல்வான். ஆனால் இன்று அதையும் தாண்டி அவன் மனைவி குறித்த அச்சம் பிரக்ஞையை ஆக்கிரமித்திருந்தது. வேறு எதுவும் அவனுக்கு இப்போது ஒரு பொருட்டல்ல. அந்த பல்பொருள் அங்காடிக்குப் போய் அவள் அங்கே இருக்கிறாளா என்பதை அவன் உறுதிபடுத்திக்கொள்ள வேண்டும். பின்னர் சந்தர்ப்பம் கிடைத்தால் அங்கேயே அவளை சமாதானப்படுத்தி விட வேண்டும். அவள் சம்மதித்தால் எங்கேயாவது அழைத்துக்கொண்டு போய் பேசிவிட்டும் வரலாம். அது என்ன வார்த்தையோ அதை தெரிந்து கொள்ளாமலேயே மன்னிப்பு கேட்கவும் அவன் தயார்.

அந்த பல்பொருள் அங்காடி சற்று அருகில்தான் இருந்தது. வெளியே வண்டியை நிறுத்திவிட்டு அங்காடிக்குள் நுழைந்த போது திகைப்பாக இருந்தது. இவ்வளவு காலையில் இத்தனை கூட்டமா? விடுமுறை நாட்களில்தான் இப்படிப் பார்த்திருக்கிறான். அன்று ஏன் எனத் தெரியவில்லை. அந்த அங்காடி மிக விஸ்தீரணமானது; பல அடுக்குகள், பல பிரிவுகள் கொண்டது. அவள் எங்கே இருக்கிறாள் என்று எப்படி தேடுவது? அவள் காலையில் வந்தால் காய்கறி வாங்கத்தான் வருவாள். மற்றப் பொருள்களை மாதத்தின் முதல் வாரமோ, ஞாயிற்றுக்கிழமைகளிலோ வாங்குவாள். உடன் அவனும் பையனை அழைத்துக்கொண்டு வருவதுண்டு.

காய்கறி வைத்திருந்தப் பகுதியைத் தேடி அவன் போனான். அது கீழ்த் தளத்தில்தான் இருந்த்து. அங்கும் ஆட்கள் அதிக அளவிலேயே காணப்பட்டார்கள். ஆனால் தேடுவதற்கு அவ்வளவு சிக்கலை ஏற்படுத்தாத விதத்திலேயே அது அமைக்கப்பட்டிருந்தது. அவள் அங்கு இல்லை. கீழ்த்தளத்தில் எங்கும் இல்லை என்பதும் உறுதியானது. இங்கு வேறு பகுதிகள் எதுவும் இல்லை. மேல்தளங்களில் ஏதாவது ஒன்றில்தான் அவள் இருக்க வேண்டும். அங்கு போவதற்கான படி இடது புறம் தொடங்குகிறது. அவன் அதில் ஏறினான்.

இந்நேரம் அவன் அலுவலகத்தில் இருந்திருக்க வேண்டும். அவனுக்காக பல வேலைகள் அங்கே காத்திருக்கின்றன. அற்ப விஷயங்களுக்கெல்லாம் விடுப்பு எடுத்துவிட முடியாது. சில வேலை கள் தள்ளிப்போகும். அது அலுவலகத்துக்கோ அவனுக்கோ நன்மை பயக்காது. ஆனால் இன்று அவன் மனநிலையை திசைத் திருப்பி இங்கு கொண்டுவந்து அவள் சேர்த்திருக்கிறாள் அல்லது அந்த வார்த்தை.

என்ன வார்த்தை அது? அவனுக்கு ஆத்திரமாக வந்தது.

முதல் தளம் பிளாஸ்டிக் பொருள்கள் மற்றும் பாத்திரங்கள் பகுதி. கீழ்த்தளத்தை விட இங்கே ஆட்கள் குறைவாகவே காணப்பட்டார்கள். சிறிது நேரத்திலேயே அவள் அங்கே இல்லை என்பதை அவனால் உறுதிப்படுத்திக்கொள்ள முடிந்தது. அதற்கு மேல் இன்னொரு தளம் இருக்கிறது. ஆனால் அங்கே என்ன இருக்கிறது என அவனுக்குத் தெரியவில்லை. திரும்பவும் இடது பக்கமாகச் சென்று படியை அடைந்தான். அதில் கால் வைத்த போது மேலிருந்து கீழ் நோக்கி கையில் கூடையுடன், நன்கு அறிமுகமான ஒருத்தி வந்தாள். பக்கத்து வீட்டுக்காரி. அவனைப் பார்த்ததும் அவள் புன்னகைத்தாள். இவளுடன்தான் அவன் மனைவி வந்திருக்க வேண்டும். இருவரும் சிநேகிதிகள். ஏனோ அவளை அவனுக்குப் பிடிப்பதில்லை. அவளிடம் ஏதோ கள்ளத்தனம், விஷமம் கலந்திருப்பதாக அவனுக்குத் தோன்றும். இவளுடன் எதற்குப் போய் அவன் மனைவி பழகுகிறாள் என்ற கேள்வி எழும். அவனைக் குறித்து அந்த மதுவிடுதி சம்பவத்தைச் சொன்னவள் இவளாகவே இருக்க வேண்டும் என்பது அவன் யூகம். வேறு யாரும் சொல்வதற்கு வாய்ப்பில்லை. அவள் பார்த்திருக்க வேண்டும் அல்லது அவளுடைய கணவன் பார்த்துவிட்டு வந்து அவளிடம் சொல்லியிருக்க வேண்டும்.

வெட்கப் புன்னகையுடன் அவள் படி இறங்கி வருகிறாள். அவளுடன் அவன் அதிகம் பேசியதில்லை என்பதால் அவன் மனைவி குறித்துக் கேட்பதா வேண்டாமா என யோசித்தான். இவளுடன்தான் அவள் வந்தாள் என்றால் அவள் எங்கே போனாள்?

அவன் கேட்காமலேயே அவள் சொன்னாள், "வினோத் அம்மா மேலதான் இருக்காங்க."

அவள் அவனை கடந்து போய் விட்டாள். மனம் சற்று நிம்மதி கண்டது. அவள் இங்கு தான் இருக்கிறாள். அந்த வார்த்தை அவளை ஒன்றும் செய்துவிடவில்லை. அவன் மேலே ஏறினான். ஏதோ ஒரு பொருளை வாங்குவதற்காக அவள் இவ்வளவு மேலே வந்திருக்கிறாள். இருவரும்தானே ஒன்றாக வந்திருக்கிறார்கள், ஏன் பக்கத்து வீட்டுக்காரி மட்டும் தனியாக கீழே இறங்கிப் போகிறாள்?

மேலே அவளைப் பார்த்ததும் ஒரு அசட்டு சிரிப்பை உதிர்த்தால் போதும். எதுவும் பேச வேண்டியதில்லை. பதறிப் போய் அலுவலகம் கூட போகாமல் அவளைத் தேடி அவன் வந்திருக்கிறான் என்பதே அவளுக்குத் திருப்தியைத் தந்துவிடலாம். அந்த வார்த்தை குறித்துகூட எந்த சமாதானமும் தேவை இருக்காது. அவனும் கேட்காமல் அவளும் சொல்லாமல் நாட்களில் கரைந்து போய்விடலாம். ஆனால் இன்னொரு சந்தர்ப்பத்தில் அவனை வீழ்த்த வேண்டிய நிலையில் அது அவளுக்குப் பயன்படும். பெண்கள் எதையும் மறப்பதில்லை. வார்த்தைகளின் வீரியம் தெரிந்தவர்கள் அவர்கள்; அவற்றுடனேயே வாழ்பவர்கள்; அதை ஆயுதமாகப் பயன்படுத்தத் தெரிந்தவர்கள்.

அவன் இரண்டாவது தளத்திற்குப் போனான். அதுதான் கடைசி

தளமா எனவும் அவனுக்குத் தெரியவில்லை. அந்த கட்டடத்தில் உணவகம், திரையரங்கம், ஜவுளிக்கடை என பலப் பகுதிகள் இருந்தன. எது எங்கே இருக்கிறது என அவனுக்குத் தெரியவில்லை.

இரண்டாவது தளத்தில் பீரோ கட்டில் என மரத்திலும், இரும்பிலும் செய்யப்பட்ட ஏராளமான வீட்டு உபயோகப் பொருள்கள் அடுக்கி வைக்கப்பட்டிருந்தன. இங்கு எதற்கு வந்தாள் என அவனுக்குப் புரியவில்லை. அங்கே எளிதாக ஊடுருவிப் பார்க்க முடியாத அளவுக்கு பொருள்கள் இருந்தன. ஏதோ புதிருக்குள் அகப்பட்டவன் போல அதன் மத்தியில் தேடிக்கொண்டு நகர்ந்தான். எவ்வளவு பொருள்கள், அவனுக்கு வியப்பாக இருந்தது. ஒரு பெரு நகரத்தின் மாதிரி வடிவம் போலவும் அதில் வழி தவறிவிட்டவன் போலவும் அது அவனை திணறிப்போகச் செய்தது.

யாரையாவது கேட்கலாம் என்றாலும் அங்கு யாரும் இல்லை. காலை வேளையில் இப்பகுதிக்கு பணியாளர்கள் யாரும் வருவதில்லையா? யோசனையுடன் அவன் நடந்தான். தொலைவில் ஒரு பெரிய கதவும் அங்கே கொஞ்சம் ஆட்களும் தென்பட்டார்கள். அது வேறு பகுதி போலத் தோன்றியது. அதை நெருங்க நெருங்க ஆட்களின் சப்தம் அதிகரிக்கத் தொடங்கியது. கதவை அடைந்த போதுதான் அது கை கழுவும் இடம் என்பது தெரிந்தது. வரிசையாக குழாய்களும் கழிப்பறைகளும் இருந்தன. அந்த ஆண்களும் பெண்களும் உடை உடுத்தியிருக்கும் விதம் பக்கத்தில் திருமண மண்டம் இருப்பதை உணர்த்தியது. அவள் திருமணத்துக்கா வந்திருக்கிறாள்? யாருடைய திருமணம்? இது குறித்து அவளோ, வீட்டிலோ யாரும் சொல்லவில்லையே.

அவன் அந்த இடத்தைக் கடந்து மண்டபத்துக்குள் நுழைந்தான். அது உணவு பரிமாறும் பகுதி. அங்கே ஏராளமான ஆட்கள் உட்கார்ந்து உணவருந்திக் கொண்டிருந்தனர். சீருடை அணிந்த பணியாளர்கள் அவர்களுக்கு பரிமாறிக்கொண்டிருந்தனர். அழைக்காத ஒரு திருமணத் துக்கு, எந்த முன் தயாரிப்பும் இல்லாமல் வந்திருக்கிறான். இது அவனை அதிகமே சங்கடப்படுத்தியது. ஏதோ பின்வாசல் வழியாக ஒரு வீட்டுக்குள் நுழைந்துவிட்டது போல இருந்தது. அவன் மனைவி வந்திருந்தால் மண்டபத்தின் பிரதான வாசல் வழியாகத்தான் வந்திருக்க வேண்டும். பிறகு அந்த பக்கத்துவீட்டுக்காரி எப்படி அந்த வழியாக இறங்கிப் போனாள்?

அப்பகுதியைக் கடந்து படியேறி திருமணம் நடைபெறும் இடத்தை நோக்கி நடந்தான், அவள் அங்குதான் இருக்க வேண்டும். ஆண்கள் தூய வேட்டி சட்டை அணிந்திருக்க, பெண்கள் பகட்டான உடையலங்காரத்துடன் போவதும் வருவதுமாக இருந்தார்கள். அவர்கள் அணிந்திருந்த நகைகளின் பளிச்சிடல் அந்த மண்டபத்தை ஆக்கிரமித்துக்கொண்டிருந்தது. அவர்களில் சிலரை அவன் பார்த்திருக் கிறான். அவன் ஊர் பெண்கள்தான் அவர்கள்.

அது ஒரு சின்ன மண்டபம்தான். ஆனால் அதில் ஆட்கள் நிறைந்து காணப்பட்டார்கள். பாதி பேருக்குமேல் நின்றபடி பேசிக் கொண்டிருந்தார்கள். சந்தேகமே இல்லை, அது அவனுடைய உறவினர் வீட்டுத் திருமணம்தான். அவனுடைய சொந்தங்களும் அவன் மனைவியின் சொந்தங்களும் அங்கே காணப்பட்டார்கள். அவர்களுக்குள் தேடியதில் அவள் தென்பட்டுவிட்டாள். தொலைவில் பெண்களுக்கு மத்தியில் அவள் தெரிந்தாள். மிக சாதாரண உடையிலேயே அவள் இருந்தாள். திருமணத்துக்கு வந்தது போலத் தெரியவில்லை. அதனாலேயே அவள் தனித்துத் தெரிந்தாள். அவளுடைய முகம் மட்டும் வாடிய நிலையிலேயே, அந்தத் துயரத்தையும், கோபத்தையும் சுமந்தபடி இருந்தது. அவளை இந்த நிலையில் பார்க்கும் அவர்கள் என்ன நினைப்பார்கள்? ஏன் அவள் இங்கு வந்தாள்? அவனை பழிவாங்க அவளுக்கு இதைவிட வேறு வழியில்லையா என்ன?

அவளை நோக்கி அவன் போனான். யாரிடமோ பேசிக் கொண்டிருந்தவள் திரும்பி அவனைப் பார்க்கிறாள். அவளிடம் எந்த வியப்புமில்லை. அவனை அங்கு எதிர்பார்த்தவள் போலவே காணப்பட்டாள். அந்தக் கூட்டத்தில் அவளை தவற விட்டுவிடுவோமோ என்பது போல அவளைப் பார்த்துக்கொண்டே அருகே போனான். ஆனால் அவள் அந்த இடத்தை விட்டு நகர்ந்தாள். அந்தப் பெண்களை விலக்கிக்கொண்டு திருமண மேடை இருக்கும் திசையை நோக்கி நடந்தாள். அவனும் பின் தொடந்தான். படியில் கால் வைத்து மேடை மீது ஏறினாள். அவள் இருக்கும் கோலத்தில் எதற்காக அங்கெல்லாம் போகிறாள்? அவன் வேகமாக அவளைப் பின்தொடர்ந்தான். அவள் அங்கு நின்றிருந்த பெண்களை விலக்கிக்கொண்டு மணமகள் அறையை நோக்கி நடந்தாள். இவளுக்கு என்ன ஆனது? திறந்திருந்த அந்த அறைக்குள் நுழைந்தவள் கதவைச் சாத்திக்கொண்டாள். அவன் கதவைத் தள்ளினான். அது திறக்கவில்லை. மெல்ல தட்டினான். ''சித்ரா'' மெல்ல அவன் கூப்பிட்டான். கதவுத் திறக்கவில்லை. செய்வதறியாது நின்றான். இங்கு நடப்பதைப் பார்த்தால் மற்றவர்கள் என்ன நினைப்பார்கள்? கதவுக்கு மிக அருகில் முகத்தை வைத்துச் சொன்னான், ''சித்ரா கதவத் தெற, இது நம்ம வீடு இல்ல. சொந்தக்காரங்கெல்லாம் இருக்காங்க, அவுங்க என்ன நினைப்பாங்க, தயவுசெஞ்சி கதவத் திற'' அவள் திறக்கவில்லை. கதவை முழு விசையுடனும் ஆத்திரத்துடனும் அவன் தள்ளினான். கதவு திறந்து கொண்டது.

அது அவர்களின் படுக்கையறைப் போலவே தெரிந்தது. அதே கட்டில். கணினி மேஜையில் அவன் காலையில் குடிக்காமல் விட்டிருந்த காபி டம்ளர். சுவரில் சாய்ந்து நின்று அவள் அழுது கொண்டிருந்தாள். மேலே மின் விசிறியிலிருந்து ஒரு புடவை முடிச்சிட்டுத் தொங்கிக் கொண்டிருந்தது, அந்த விபரீத வார்த்தை அதுதானோ என்பது போல.

கரடிகளின் பாடல்

நேற்றைய இரவு என் கனவில் கரடி ஒன்று செத்துப் போய்க் கிடந்தது. வழக்கமாக என் கனவுகளில் கரடிகள் வருவதில்லை என்பதால் இது அபூர்வம்தான். தினசரி வாழ்க்கையில் கரடிகளின் அச்சுறுத்தல் அதிகரித்துவிட்ட நிலையில் இந்தக் கனவு பற்றிக் கொஞ்சம் சிந்தனையை உலவ விட்டேன்.

ஏனோ முதலில் ஞாபகம் வந்தது, தாஸ்தாவஸ்கியின் கரமசோவ் சகோதர்கள் நாவலில் இடம்பெறும் துறவியின் மரணம்தான். புனிதர் என்று கருதப்பட்டு வந்த அவரது சடலம் துர்நாற்றம் வீசத் தொடங்கிவிடுகிறது. ஆனால் கரடியின் பிணம் அப்படி நாறியதாத் தெரியவில்லை. கனவில் வாசனை எதுவும் வந்ததாக நினைவில்லை.

அயனஸ்கோவின் காண்டாமிருகம் போன்றதா இந்தக் கரடிகள்? என்ற கேள்வியும் எழுந்தது. ஆனால் அதில் போல திடீரென்று இந்த உருமாற்றம் நிகழத் தொடங்கவில்லை. கிறிஸ்துவுக்கு முன்பே, ஏன் கல்லும் மண்ணும் பிறப்பதற்கு முன்பே இது தொடங்கிவிட்டதாகச் சொல்லப்படுகிறது. வாய் மொழிமரபின் தொடர்ச்சியாக இன்றும் பலர் அந்தப் பழையக் கரடிகளின் பாடல்களைப் பாடிக் கொண்டிருப்பதை பல மேடைகளிலும் நீங்கள் கேட்கலாம்.

எனக்குப் பதினைந்து வயதாக இருக்கும் போது நண்பன் ஒருவன் திடீரென கரடியாக மாறிப்போனான். ஒரு நாள் அவன் வீட்டுக்குப் போன போது அவன் என்னை அழைத்துக் கொண்டு ஒரு மரத்தடிக்குப் போய், தான் கரடியாக மாறிவிட்டதாகச் சொன்னான். ஒரு பாடலையும் பாடிக் காண்பித்தான். கரடிகளின் முதல் அச்சுறுத்தலை என் உயிரில் உணர்ந்தது அன்றுதான். பிறகு கல்லூரிக் காலத்தில் பலரும் கரடியாக மாறிப் பாடல்கள் பாடுவதைக் கேட்க

முடிந்தது. அதெல்லாம் காதல் பாடல்கள். இளம் பெண்களை சினைக்கு அழைக்கும் பாடல்கள். அதனால் நானும் கரடியாக மாறி இப்படியானப் பாடல்களை ரகசியமாகப் பாடியதுண்டு.

கரடிகளைவிட அவற்றின் பாடல்கள்தான் பெரிய அச்சுறுத்தல். எப்போது ஒருவன் கரடியாக மாறுகிறான், எப்போது அவன் பாடத் தொடங்குவான் என்பதேத் தெரிவதில்லை. மது விடுதிக்கு, நம்மை அழைத்துச் செல்லும் நண்பன் ஒருவன் திடீரென கரடியாக மாறி தன் பாடலைக் கேட்கும்படி வேண்டுவான். நம்மைத் தேடி வரும் நண்பர்கள் சிலர் கரடியாக மாறி தன் பாடல்களைக் கேட்கச் சொல்வார்கள். அலுவலகத்தில் சில அதிகாரிகள் தனியாக அழைத்துப் பாடத் தொடங்கிவிடுவார்கள். அவர்கள் கரடி என்பது ஏற்கெனவே தெரிந்திருந்தாலும் அவர்கள் பாடுவார்கள் என்பது தெரியாதே.

பெண்ணாக மாறிக்கொண்டிருக்கும் ஒருவன் போலவோ, ஆணாக மாறிக்கொண்டிருக்கும் ஒருத்தி போலவோ அவர்கள் கரடியாக மாறிக்கொண்டிருக்கிறார்கள். இதனால் அவர்கள் கூச்சப்படுகிறார்கள். தங்கள் மாற்றத்தை அங்கீகாரிக்கும் மனிதர்களைத் தேடி அலைகிறார்கள். அங்கீகாரம் கிடைத்துவிட்டால் கூச்சம் கலைந்துவிடுகிறது. உடனே உரக்கப் பாடத் தொடங்கிவிடுகிறார்கள்.

அவர்கள் சொல்லுவார்கள், ‘கரடியின் பாடல் இனிமையானது, கரடியின் பாடல் மனிதத்துக்கு இன்றியமையாதது, காட்டை வளமாக்கும், வானத்தை கிழிக்கும், கடலை நிரப்பும், பாறையைப் புரட்டும், பாம்பைப் பிடிக்கும்...’

கரடி ஒரு ஆபத்தான மிருகம், அது ஒரு புதிர், ஒரு அச்சுறுத்தல், தினசரி வாழ்க்கைக்கு பொறுத்த மற்றது. காடு தான் அதற்கு வாழ்நிலம். இருந்தும் ஏன் இந்த உருமாற்றம்? ஏன் அதன் மீது இந்தக் கவர்ச்சி?

கிழட்டுக் கரடி ஒன்று ராஜாவான கதை உண்டு. ஒரு விஞ்ஞானி திடீரென்று கரடியாக மாறி பாடல் பாடியதும், அது அணு குண்டை விட அச்சுறுத்தலாக இருந்ததும் நமக்குத் தெரியும்.

சில கரடிகள் தங்களை சிங்கங்களாக எண்ணிக்கொண்டு பதுங்கி வாழ்வதும், பாய்ந்து வேட்டை ஆடுவதும் உண்டு. சில கரடிகள் தங்களை புறாக்கள் என சொல்லி வானில் வட்டமிட முயன்று விழுந்து எலும்புகளை நொறுக்கிக்கொண்டதும், குயில்களாக கற்பனை செய்துகொண்டு இனிமையான (!) குரலில் பாட முயன்றதும் உண்டு.

நிறைய கரடிகள் ‘இதோ ஒரு புதிய பாடல்’ எனச் சொல்லும். ஆனால் கிளிகளைப் போல பாடியதையேத் திரும்பத் திரும்பப் பாடிக்கொண்டிருக்கும். மற்றக் கரடிகள் பாடியப் பாடலை தன் பாடல் எனப் பாடும் கரடிகளும் உண்டு. மற்றக் கரடிகளின புகழ்பெற்றப் பாடல்கள் சிலவற்றை மனனம் செய்து கொண்டு வாழ்நாளெல்லாம் அந்தப் பாடல்களை மட்டுமேப் பாடி கைத்தட்டல்களையும் புகழையும்

அடைந்த கரடிகளும் உண்டு.

போர் விமானங்கள் குண்டுகளைப் பொழிவதைப் போல சில கரடிகள் தினமும் ஐந்தாறு பாடல்களைக் கூடப் பாடும். இதுதான் பெரிய அச்சுறுத்தல். அதைச் சொன்னால் பொறாமை என வசைபாடும்.

சில கரடிகள் குறைபட்டுக்கொள்ளும், 'அந்த மெக்ஸிகோ கரடியைப் பார், அந்த சிலி கரடியைப் பார், அமெரிக்கக் கரடியைப் பார், ஆப்பிரிக்கக் கரடியைப் பார் அவற்றின் பாடல்கள் எவ்வளவு வளமாகவும், நவீனமாகவும் இருக்கின்றன.' கரடிகளில் சில அதே குரலில் பாடிக்காட்டவும் செய்யும்.

சக கரடிகளின், சக நண்பர்களின் காதுகள்தான் அவற்றின் தினசரி உணவென்றால் கைத்தட்டல்களும், விருதுகளும் கரடிகளுக்கு சிறப்பு உணவு. இதற்காக அவை குரங்குகளாக மாறி பல்டிகளை அடிக்கும், தோப்புக் கரணம் கூடப் போடும்.

காமம் சிலவற்றின் ரகசிய உணவு. பெண் கரடிகளை கண்டால் சேவல்களாக மாறிவிடும். கொக்.. கொக்... கொக்...

பெண் கரடிகளின் பாடல்கள், அவை அபூர்வம் என்பதாலேயே எப்போதும் பிரத்தேயகமானவை. விசேஷமானவை, சலுகைக் குரியவை. குட்டிக்கரணமெல்லாம் இல்லாமலேயே கிடைத்துவிடும் மேடைகளும் கைத்தட்டல்களும், விருதுகளும். சில பெண் கரடிகள் மேடையை மட்டுமே அலங்கரிப்பவை. அவற்றின் கண்கள்தான் பாடல்கள். சில கரடிகள் விரசக் குரலில் பாடவும் செய்யும்.

நாயைப் போல குழையவும், குறைக்கவும் செய்யும் கரடிகளும் உண்டு. அந்த கரடிகளின் வால்கள் எப்போதும் ஆடிக்கொண்டே இருக்கும். நரியைப் போல அவை ஊளையிடவும் செய்யும். அதன் பாடல்கள் விலைமதிப்பற்றவை என அவை சொல்லும். மற்றக் கரடிகளைச் சொல்லச் செய்யும். கண்டதைத் தின்று பன்றிகளாகத் திரியும் கரடிகளும் உண்டு. அவற்றின் பாடல் உர்... உர்... உர்...

பல கரடிகளுக்கு பிலிம் ரோல்கள்தான் ஒரே கனவு, உணவு. சுருள் சுருளாகத் தின்று சுருள் சுருள்களாக வெட்டையிட்டுத் திரியும் கரடிகள் அவை.

தண்ணீருக்கு பதில் மதுவையேப் பிரியமாக குடிக்கும் பல கரடிகளை எனக்குத் தெரியும். அவை வழக்கமாக ஒதுங்கும் இடம் மதுக்கூடங்கள்தான். ஒவ்வொரு மதுக்கூடத்திலும் ஏதோ ஒரு மேஜையில் அவை தனியாகவோ கூட்டமாகவோ அமர்ந்திருக்கும். பாட்டில்களை காலி செய்தபடி பாடல்களைப் பாடும், முத்தமிட்டுக்கொள்ளும். போதை ஏற ஏற ஒன்றின் குரல்வளையை ஒன்று கடித்துக் குதறும். பின்னர் ஏதோ ஒரு கரடியின் குகையில் அந்த குடியும் சண்டையும் தொடரும். காடே கதறும்படி அவை அழும். அவற்றின் கண்ணீர் ஓடையாகப் பெருகி பாறைகளில் வழிந்தோடும். பிறகு உண்மைக் கரடி எது? போலிக்

கரடி எது? என்ற வாதத்தின் இறுதியில் ரத்தம் வழிந்தோடும்.

கரடிகள் காலத்தில் எப்போதும் பின்தங்குவதில்லை. காட்டைவிட்டு, நாட்டைவிட்டு இப்போது அவை வளைதளங்களிலும் குடியேறி-விட்டன. கணினிகளையோ செல்பேசிகளையோ திறந்தாலேயே அவற்றின் பாடல்கள் ஒலிக்கத் தொடங்கிவிடுகின்றன. உலகத்தின் பல மூலைகளில் வாழும் கரடிகளின் பாடல்களையும் நீங்கள் கேட்டாக வேண்டும். உங்களைப் பார்த்து அவை கேட்கும், 'என் பாடலை விரும்புகிறீர்களா? சொல்லுங்கள் என் பாடலை விரும்புகிறீர்களா?'

சில கிழட்டுக் கரடிகள் புலம்பும், 'கரடிகளின் பாடல் மிகப் புனித மானவை, உன்னதமானவை, ஆத்மார்த்தமானவை. அதை யெல்லாம் சீரழிக்கும் விதமாக இந்த இளம் கரடிகளின் பாடல்கள் ஏன் இப்படி இருக்கின்றன? என்ன இழவு இதெல்லாம்?'

கரடி முடித் தாயத்தைப் போல அவற்றின் பாடலும் பலரின் ஆரோக்கியத்துக்கும், நல்வாழ்வுக்கும், ஏன் சமூகத்துக்கே நல்லது என்கிறார்கள் சிலர். அது கலகம், புரட்சி என்கிறார்கள் சிலர். இயலாத வர்களின் கண்ணீர் என்கிறார்கள் ஒரு சிலர்.

சர்க்கஸ் முதலாளிகளைப் போல இந்தக் கரடிகளை வைத்து வேடிக்கைக் காண்பிப்பவர்களும் உண்டு. அவர்கள் சொல்வார்கள், 'இதோ ஒரு கரடி, அற்புதக் கரடி, அபூர்வக் கரடி. ஒரு கரடியாக மாறு வதும், வாழ்வதும் அவ்வளவு எளிதா என்ன? மாறினாலும் இதுபோல் பாடமுடியுமா? கேளுங்கள் இந்தப் பாடல்களை...'

இவையெல்லாம் பரிதாபமானக் கரடிகள்.

ஏன் இந்த பாரபட்சம், நீயும் ஒரு கரடிதான் என்கிறார்கள் நண்பர்கள். நீ பாடவில்லையா, அச்சுறுத்தவில்லையா என்கிறார்கள்.

நீங்கள் சொல்லுங்கள், கனவில் நிகழ்ந்த கரடியின் சாவு, நற்சகுணமா துர்சகுணமா?

அற்புதங்கள்

கௌரவன் தனது வீட்டுக்கு 'குடாப்பு' என்று பெயர் வைத்திருந்தார். குடாப்பு என்றால் ஆடுமேய்ப்பவர்கள் படுத்துக் கொள்ளும் ஆமை ஓட்டைப் போன்றது என கே.ஜி.மணிதான் சொன்னார். கௌரவனை ஒரு கூட்ட த்தில் அறிமுகப்படுத்தியவரும் அவர்தான்.

அந்த வீட்டின் விசாலமான வரவேற்பறையின் கண்ணாடி அலமாரி முழுவதும் விருதுகளால் நிறைந்திருந்தது. சுவர்களில் நான்கைந்து நவீன ஓவியங்கள். வழக்கம் போல அவை எனக்கு எந்தப் புரிதலையும் தரவில்லை. ஆனால் நன்றாகத்தான் இருப்பது போலப்பட்டது. பிரம்பு நாற்காலிகள், பிரம்பால் ஆன டீப்பாய், சுடுமண் சிற்பங்கள், நிழல் செடிகள் என அந்த வரவேற்பறையே ஏதோ சினிமா செட்டுப் போலத் தோன்றியது.

சிறிது நேரத்தில் கௌரவன் உள்ளிருந்து வந்தார். யோசனையுடன் என்னைப் பார்த்தார். அவருக்கு என்னைத் தெரியவில்லை. நான் அறிமுகப்படுத்திக் கொண்டேன்.

''ஆமாம். உங்கப் பேரு கண்ணன் இல்லே. மணி எப்படி இருக்கிறார்?'' என்று கேட்டவர் ''உட்காருங்க'' என்று என்னை அங்கிருந்த பிரம்பு நாற்காலியில் உட்கார வைத்து தானும் ஒரு நாற்காலியில் உட்கார்ந்துகொண்டார்.

''மொத தடவையா இப்பத்தான் வர்றீங்க இல்லே?''

''ஆமாம் சார்.''

''மாடியிலதான் கூட்டம். அங்கதான் ஏற்பாடுகளெல்லாம் செஞ்சிகிட்டிருந்தேன். நீங்க எப்ப வந்தீங்க?''

''கொஞ்ச நேரம்தான் ஆச்சி சார்'' என்றேன்.

ஏதோ யோசித்தவராகச் சொன்னார், ‘‘இந்த மாதிரி கூட்டத்துக் கெல்லாம் மணி வர்றதில்லை. அவர் போக்குத் தனி. ஆனால் அற்புதமான ஒரு மனிதர். நம் மண்ணையும் மக்களையும் அவரைப் போல எழுத்துல கொண்டு வந்தவங்க வேற யார் இருக்காங்க? ஆனா ஒதுங்கியே நிற்கிறார். அவரையெல்லாம் நாம கொண்டாடனும்.’’

அவரது பேச்சு வியப்பாக இருந்தது. மணி இவரைப் பற்றி என்ன அபிப்பிராயம் வைத்திருக்கிறார் என்று இவருக்குத் தெரியுமா? ஒருவேளைத் தெரிந்தே அந்த விமர்சனத்தை ஏற்றுக்கொள்கிறாரா?

மணி சொல்வார், ‘இலக்கியங்கிறது படிக்கிறதும் எழுதறதும்தான். ஆனா கௌரவன் மாதிரி சில பேர் அதை வச்சிகிட்டு லாபி பண்ணிகிட்டிருக்காங்க. அவுங்களுக்கு பணம், பதவி, புகழ் எல்லாம் வேணும். பிறகு அத வச்சி சினிமாவுக்கு வசனம் எழுதப்போகலாம், நடிக்கப் போகலாம். அதத்தான் கௌரவன் மாதிரியான ஆட்கள் செய்ஞ்சிகிட்டிருக்காங்க. எழுத்தாளனுக்கு தனிமை வேணும். அங்கதான் அவன் எதையாவது செய்ய முடியும். பாராட்டுக்காகவும் கொண்டாட்டத்துக்காகவும் எப்பவும் நாலு பேரை கூட வச்சிருக்கிற ஒரு ஆளால எப்படி எழுத முடியும்?’

ஆனால் எனக்கு கௌரவனைப் பிடித்திருந்தது. எல்லாவற்றையும் கண்டு வியக்கிற மகிழ்கிற அப்பாவித்தனம் அவரிடம் இருந்தது. கீழ்மட்ட சமூகத்தில் பிறந்த ஒரு மனிதர் இவ்வளவு பிரபல்யத்தைப் பெற முடியுமென்றால், செல்வத்தை சேர்க்க முடியுமென்றால் அதை அவர் ஏன் கொண்டாடக் கூடாது? யார் இப்படிப்பட்ட ஒரு வாழ்க்கைக்கு ஆசைப்படவில்லை, தந்திரங்கள் செய்யவில்லை? அவரை குறை கூறும் பலரின் மனதிலும் ஒரு பொறாமை உணர்வு கலந்திருப்பதாகவே எனக்குத் தோன்றியது. உண்மையில் நான் வெறுத்தது தனக்குள் சுருங்கிக்கொள்ளும் மணி போன்ற மரவட்டைகளைத்தான்.

கௌரவன் கன்னடத்திலிருந்து மொழிபெயர்த்த ஒரு நாவலை வாசித்திருக்கிறேன். மற்றபடி அவருடைய படைப்புகள் எதையும் படித்ததில்லை. ஆரம்ப காலங்களில் அவர் கவிதை, கதை என கொஞ்சம் எழுதிக்கொண்டிருந்ததாகவும் பிறகு உருப்படியாக எதையும் எழுதவில்லை என்றும் மணி சொல்வார்.

இருந்தாலும் எனக்கு கௌரவனுடைய நட்பு தேவையிருந்தது. அதன் மூலம் அவருடையக் கொண்டாட்டத்தில் நானும் பங்குபெற விரும்பினேன். எனது மற்றொரு விருப்பம் அவர் நடத்தும் ‘போஜனம்’ பத்திரிகையில் எனது கதை வரவேண்டும் என்பது.

‘அந்தப் பத்திரிகையில அவனோடக் குடும்பத்துல இருக்கறவங்க எழுதறதுக்கும், புகழ் பாட்றதுக்குமே இடம் போதல. இதுல உன்னுடைய கதைய எங்கே போடப்போறான்’ என மணி நம்பிக்கை இழக்கச் செய்திருந்தார். இருந்தும் இன்று இங்கு நடக்கும் புத்தக வெளியீட்டு விழாவுக்கு வந்திருக்கிறேன். உடன் ஒரு கதையையும்

கொண்டு வந்திருக்கிறேன்.

ஆறு மணி கூட்டத்துக்கு ஐந்து மணிக்கே வந்து நின்றேன். 'அப்பா மாடியில் இருக்கிறார் உட்காருங்கள்' என்று அவருடைய மகள்தான் என்னை வரவேற்றார். யார் யாரோ வருவதும் உள்ளே போவதுமாக இருந்தார்கள். நான் சங்கடத்துடன் நின்றிருந்தேன். அந்த பகட்டான வரவேற்பறையில் உட்காருவதற்கே தயக்கமாக இருந்தது. அங்கு உட்காரும் தகுதி நமக்கு இல்லையோ என்ற ஒரு தாழ்வுணர்ச்சி. ஆனால் கௌரவன் அதைப் போக்கிவிட்டார்.

கௌரவன் கேட்டார், "என்ன சாப்பிட்றீங்க? அற்புதமான ஒரு பாயாசம் இருக்கு சாப்பிட்றீங்களா?" என்றவர் என் பதிலை எதிர்பார்க்காமல் அப்போது கழுத்தில் கேமராவுடன் வெளியே வந்த ஒரு இளைஞனிடம் "சங்கரு, உள்ள போயி டம்ளர்ல பாயாசம் எடுத்துக்கிட்டு வந்து இவருக்குக் குடு" என்றவர் "இங்க வா எங்க ரெண்டு பேரையும் ஒரு போட்டோ எடுத்துட்டு போ" என்றார்.

எனக்கு அவனை அறிமுகமும் செய்து வைத்தார், "கண்ணன், இந்த சங்கர் இருக்கானில்ல பிரமாதமான புகைப்படக் கலைஞன். இளையராஜா இங்க வந்திருந்தப்ப இவன்தான் போட்டோ எடுத்தான். அது அவருக்கு ரொம்ப பிடிச்சிப் போச்சி. நான் எப்ப அவரப் பாக்கப் போனாலும் இவனப் பத்தி விசாரிப்பார்."

அவன் சிரித்தான். அதே உற்சாகத்துடன் ஓவியங்கள் சுடுமண் சிற்பங்கள் பின்னணியில் இருக்க எங்கள் இருவரையும் அருகருகே நிற்க வைத்து போட்டோக்களை எடுத்தான். பிறகு அவன் உள்ளே போனான்.

அவர் சொன்னார், "என் பொண்ணு வச்ச கேரளா டைப் பாயாசம். பிரமாதமா இருக்கும். அது கூட மலையாளத்திலிருந்து நாலு புத்த கத்தை தமிழ்ல மொழிபெயர்த்திருக்கு. அதோட வீட்டுக்காரர் சிசில் மலையாளத்தில பெரிய கவிஞர். அற்புதமான கவிதையெல்லாம் எழுதியிருக்கிறார்."

அப்போது ஒரு பெண்மணி கையில் டம்ளருடன் வந்தார். "இது என்னோட மனைவி சுகந்தி" என்று அறிமுகப்படுத்தி வைத்தார்.

நான் வணக்கம் சொன்னேன். அவர் என்னிடம் பாயாசத்தைத் தந்துவிட்டு நட்புப் புன்னகையுடன் நின்றார். அவரை சில கூட்டங்களில் பார்த்திருக்கிறேன், அறிமுகம் இல்லை.

கௌரவன் என்னிடம் சொன்னார், "இவங்க தமிழ்நாட்டுல இருக்கிற முக்கியமான சமையல் கலைஞர்கள்ல ஒருத்தங்க. தாமு, பட் போல டீவியல புரோகிராமெல்லாம் பண்றாங்க. நிறைய சமையல் புத்தகம் எழுதியிருக்காங்க. ஆங்கிலத்தில கூட ரெண்டு புத்தகம் வந்திருக்கு. நம்ம நடிகர் சுரேந்திரனுக்கு இவங்களோட சமயல்னா அவ்வளவு இஷ்டம். சூட்டிங் இல்லேன்னா கிளம்பி வந்துடுவார். இன்னிக்குக்கூட கூட்டத்துக்கு காலையிலேயே கிளம்பி வந்துட்டார்."

அந்த பெண்மணி சிரித்தார். பிறகு அவர் தனது கணவனிடம், “இன்னும் டைரக்டர காணோமே. வந்துடுவாரா?” என்று கேட்டார்.

“போன் பண்ணேன். கிட்ட வந்துட்டேன்னு சொன்னார். இப்ப வந்துடுவார்” என்றார்.

“நீங்க பேசிக்கிட்டிருங்க. இதோ வந்திட்றேன்” என்று சொல்லி அந்த அம்மணி உள்ளே சென்றுவிட்டார்.

கௌரவன் தன் இருக்கையை விட்டு எழுந்து இடது பக்க சுவரில் மாட்டியிருந்த ஒரு பெரிய ஓவியத்துக்கு அருகே சென்று நின்றார். அப்போதுதான் அதை புதிதாகப் பார்ப்பது போல சிறிது நேரம் உற்றுப் பார்த்துவிட்டு கேட்டார், “இது யாரோட ஓவியம்ன்னு தெரியுதா உங்களுக்கு?”

நான் எழுந்து நின்று கொண்டே இல்லை என்பது போல தலையாட்டினேன். இன்னும் குடிக்காமல் இருந்த பாயாசம் என் கையில் இருந்தது.

அவர் சொன்னார், “இந்த அற்புதத்தைப் படைச்சவர் வெங்கடேஸ்வர ராவ். ஹைதராபாத்காரர். இது எவ்வளவு இருக்கும்ன்னு நினைக்கிறீங்க?”

என்னால் யூகிக்க முடியவில்லை. எங்கள் வீட்டு பூஜை அறையில் உள்ள வெங்கடாசலபதி படத்தோட விலைகூட எனக்குத் தெரியாது என்பதே உண்மை.

“இரண்டு லட்சம் போகும். ஒரு பைசாக் கூட வாங்காம அன்பளிப்பா கொடுத்திட்டார்.”

வியப்பாக இருந்தது. இரண்டு லட்சம் என்றால் அது அற்புதமான ஓவியமாகத்தான் இருக்க வேண்டும்.

“பாயாசத்தை குடிங்க” என்று அனுமதி வழங்கினார்.

நான் உட்கார்ந்துக் குடிக்கத் தொடங்கினான். பாயாசம் அற்புதமாகவே இருந்தது. ஒவ்வொரு கிருத்திகை அன்றும் என் மனைவி தரும் பாயாசத்தை குடிக்கும் எனக்கு மற்ற எல்லா பாயாசமும் அப்படித் தோன்றுமோ என்னமோ.

காலில் ஏதோ உரசவே திடுக்கிட்டு கீழே பார்த்தேன். பூனை ஒன்று அங்கே நின்றிருந்தது. பாயாசத்தில் பங்கு கேட்பது போல என்னைப் பார்த்து மெல்ல ‘மியாவ்’ என்றது. நான் சங்கடத்துடன் சிரித்தேன். பூனை அவரையும் பார்த்துக் கத்தியது. அது ஏதோ முறையிடல் போல இருந்தது.

அப்போது ஒரு பையன் நாயைப் பிடித்துக்கொண்டு வீட்டுக்குள்ளிருந்து வெளியே வந்தான். அது அவருடைய பையனாகத்தான் இருக்க வேண்டும். அந்த நாய் அடர்த்தியான நிறத்தில் வளர்த்தியாக இருந்தது. முகம் அச்சுறுத்தும்படி இருந்தது. அது

அதன் போக்கில் போகாமல் என்னை பார்த்ததும் ஏதோ இறையைப் பார்த்துவிட்டது போல இழுத்துக்கொண்டு வந்தது. அது பக்கத்தில் வந்து என் கால்களை முகர்ந்து பார்த்துவிட்டு என் முகத்தைப் பார்த்தது. நான் அந்தப் பையனைப் பார்த்தேன்.

''ஒன்னும் செய்யாது அங்கிள். யாராவது புதுசா வந்தா அப்படித்தான்'' எனச் சொல்லிச் சிரித்தான். பின்னர் அதை இழுத்துக்கொண்டு வெளியே போனான்.

நான் கொஞ்சம் நிம்மதியுடன் மீதியிருந்த பாயாசத்தை குடித்து முடித்தேன்.

அவர் முகத்தில் பெருமிதம் தெரிந்தது. ''இது டாபர் மேன் வகை. போன மாசம் சென்னையில நடந்த நாய்கள் கண்காட்சியில இரண்டாம் பரிசை தட்டிகிட்டு வந்துடுச்சி. டாபர்மேன் பின்ச்சரோட அற்புதமான படைப்பு இது. பனிரெண்டு வகை நாய்களை கலப்பு செய்ஞ்சி இதை உருவாக்கியிருக்கிறார். யாரையும் இது உடனே அட்டாக் பண்ணாது. முதல்ல காலப்போட்டுத் தடுத்து நிறுத்தும். பின்னர்தான் அட்டாக்.''

லட்சக்கணக்கான ரூபாய் மதிப்பு கொண்ட ஓவியங்கள் உள்ள ஒரு வீட்டில் இது போன்ற நாய் இருப்பது அவசியம்தான் எனத் தோன்றியது.

அப்போது நான்கு பேர் உள்ளே வந்தார்கள். அவர்களை கை குலுக்கி வரவேற்று மேலே அனுப்பினார். இங்கிருக்கும் விஷயங்களுக்கெல்லாம் ஏற்கெனவே அறிமுகமானவர்கள் போலவே அவர்கள் காணப்பட்டார்கள்.

அவர் என்னுடைய வாசிப்பு, எழுத்து குறித்து ஏதாவது கேட்பார் என்று எதிர்பார்த்துக் காத்திருந்தேன். அதன் தொடர்ச்சியாக கதையைக் கொடுத்துவிடலாம் என்பது என் திட்டம்.

நான் சொன்னேன், ''ஜனவரி மாத போஜனம் பத்திரிகையில உங்க கன்னட மொழிபெயர்ப்புக் கதையப் படிச்சேன் சார். பிரமாதமா இருந்தது. என் மனைவி கூட படிச்சிட்டு நல்ல இருக்குன்னு சொன்னாங்க.''

அவர் முகத்தில் மகிழ்ச்சி. அவர் சொன்னார், ''கன்னட நடிகர் சந்தீப் கூட போன் பண்ணி பிரமாதமா வந்திருக்குன்னு பாராட்டினார்.''

அவர் தமிழில் படித்தாரா அல்லது கன்னடத்தில் படித்தாரா என்ற சந்தேகம் சட்டென்று தோன்றியது. ஒருவேளை அவருக்கு தமிழ் தெரிந்திருக்கலாம்.

நான் சொன்னேன், ''உங்க பேஸ் புக்ல போட்டிருந்தீங்க. படிச்சேன்.''

அவருக்கு இன்னும் மகிழ்ச்சி. அவர் சொன்னார், ''போன்லயும் மெயில்லையும் நிறைய பேர் பாராட்றாங்க. அமெரிக்கா, கனடாவி-லிருந்தெல்லாம் இருந்து பேசறாங்க. அதையெல்லாம் என் பையன்தான்

பேஸ்புக்ல ஏத்றான். அதுக்கு ஏகப்பட்ட லைக்குங்க.''

நான் சொன்னேன், ''உங்க நிலத்தில நீங்களே விளைவிச்ச பொன்னி நெல்ல படம் எடுத்து போட்டிருந்தீங்க இல்லே. அதுக்குக் கூட ஏராளமான லைக் விழுந்திருந்தது.''

''ஆமாம் ஆமாம். நானே எதிர்பார்க்கல. அது பொன்னி நெல்லு இல்ல. டீலக்ஸ் பொன்னி. ஆனா பொன்னி நெல்லு மாதிரியே இருக்கும். டேஸ்ட் கூட அப்பிடியே இருக்கும். அந்த நிலம் அப்படி. அற்புதமான நிலம்.''

நாயுடன் வெளியே போன அவருடைய மகன் வெறுங்கையுடன் திரும்பி வந்தான். அவனிடம் சொன்னார், ''சந்ரு, மேல போயி மைக் செட்டெல்லாம் கொஞ்சம் செக் பண்ணி வச்சிடு.''

அவன் உள்ளே போய்விட்டான்.

அவர் சொன்னார், ''சந்ரு இப்ப இங்கிலீஸ்ல ஒரு நாவல் எழுதிக்கிட்டிருக்கான். அனேகமா பென்குயின் இந்தியா போடும்ன்னு நினைக்கிறேன். இல்லேன்னா நானே போட்டுடலாம்ன்னு இருக்கேன். படிப்பிலேயும் நம்பர் ஒன்தான்.''

அப்போது அந்த பூனை அவரின் மடியில் ஏறி அவருடைய முகத்தைப் பார்த்து மீண்டும் கத்தியது. அவர் 'என்ன?' எனக் கேட்டுச் சிரித்தார்.

அப்போது இரண்டு பேருடன் பிரபல இயக்குநர் வேலுச்சாமி வந்து சேர்ந்தார். பல வெற்றிப் படங்களின் சொந்தக்காரர் அவர். பூனையைக் கீழே இறக்கிவிட்டுவிட்டு ஓடிச் சென்று அவரை அணைத்துக்கொண்டார் கௌரவன். அக்காட்சியை உடன் வந்தவர்கள் புகைபடம் எடுத்துக்கொண்டனர்.

''நீங்க சூட்டிங்ல பிஸியா இருக்கிறதால எங்கே வராமப் போயிடுவீங்களோன்னு பயந்துகிட்டே இருந்தேன்'' என்றார் கௌரவன்.

''டைட் செட்டியூல்தான். அதுக்காக இதை மிஸ் பண்ண முடியுமா? மேடத்தோட சமையல்தான் என்னை இழுத்து வந்துருக்கு'' எனச் சொல்லிவிட்டு அவர் சிரிக்க எல்லோரும் சிரித்தார்கள்.

''உங்களுக்காகத்தான் காத்திருக்கோம். முகம் கழுவிக்கிட்டு நீங்க ரெடியானதும் மீட்டிங்க ஆரம்பிச்சிடலாம்.''

அவர்களை அழைத்தக்கொண்டு கௌரவன் உள்ளே போனார்.

கௌரவன் இவ்வளவு நேரம் அந்த வரவேற்பறையில் அவனுடன் கழித்தது அந்த இயக்குனரை வரவேற்பதற்கானக் காத்திருத்தல் என்பது சட்டென்று புரிந்தது. நானும் அவர்களுக்குப் பின்னால் உள்ளே போனேன். அந்த கூட்ட அரங்கு முதல் தளத்தில் இருந்தது. அங்கே நாற்பது ஐம்பது பேருக்கு மேல் இருந்தார்கள். போட்டோ செஷன் நடந்து கொண்டிருந்தது. நடிகர் சுரேந்திரனுடனும்

(சினிமாவில் பார்ப்பது போலவே அழகாக இருந்தார்), இயக்குநர் வேலுச்சாமியுடனும், கௌரவன் குடும்பத்தாருடனும் பலரும் நின்று புகைப்படம் எடுத்துக்கொண்டிருந்தனர். தங்கள் செல்போனில் சிலர் செல்பி எடுத்துக்கொண்டனர். அதெல்லாம் இன்னும் சில நிமிஷங்களில் முகநூலிலும் வாட்ஸ்அப்பிலும் காணக்கிடைக்கும் காட்சி கண்முன் மேலும் கீழும் நகர்ந்தது.

கௌரவன் என்னை அழைத்து அந்த இரு பிரபலங்களுடன் ஒரு புகைப்படமும் தன் குடும்பத்துடன் ஒரு புகைப்படமும் எடுத்துக்கொண்டார். எனக்கு அவர் அளித்த முக்கியத்துவம் மகிழ்ச்சியளித்தது. அங்கு நிலவிய கொண்டாட்ட சூழல் எனக்கு ஏனோ ஒரு திருமண வரவேற்பு நிகழ்ச்சியை ஞாபகப்படுத்தியது.

அந்த நகரத்தின் தொழிலதிபர்களில் ஒருவரான செல்வமணி வந்ததும் கூட்டம் தொடங்கியது. மேடையில் அந்த தொழிலதிபர், இயக்குநர் வேலுச்சாமி, நடிகர் சுரேந்திரன், பத்திரிகையாளர் தேவேந்திரன் (இவர் அதுவரை எங்கிருந்தார் என்று தெரியவில்லை), கௌரவனின் மனைவி சுகந்தி கௌரவன், மகள் கலாதேவி, மருமகன் சிசில் எல்லாம் மேடையில் அமர்ந்திருந்தார்கள். கௌரவன்தான் தொகுத்து வழங்கினார்.

கூட்டத்தில் சுகந்தி கௌரவனின் இரண்டு சமையல் புத்தகங்கள், கௌரவன் மொழிபெயர்த்திருந்த ஒரு கன்னட சிறுகதைத் தொகுப்பு, அவருடைய மகள் கலாதேவி மொழிபெயர்த்திருந்த அவளுடைய கணவனின் இரண்டு கவிதைப் புத்தகங்கள், ஒரு அறிமுகக் கவிஞரின் கவிதைத் தொகுப்பு, சமீபத்தில் வெளிவந்து 'காக்கா' திரைப்படத்தின் திரைக்கதை என ஏழு புத்தகங்கள் வெளியிடப்பட்டன. சிறப்பு விருந்தினர்கள் புத்தகங்களை வெளியிட்டுத் தங்கள் பாராட்டுரையை வழங்கினர்.

நடிகர் சுரேந்திரன், சுகந்தி கௌரவனின் சமையலை புகழ்ந்து பேசினர். குறிப்பாக அவர் செய்யும் பிரியாணியை வெகு நேரம் பாராட்டினார். பல ஓட்டல் பிரியாணிகளை ஒப்பிட்டுப் பேசினார், தமிழ்நாட்டிலேயே இப்படிப்பட்ட சுவையுடன் ஒரு பிரியாணியை எங்கும் சாப்பிட்டதில்லை என்றார். இயக்குநர் வேலுச்சாமி பேசும் போது சுகந்தி கௌரவனின் மட்டன் குழம்பு இட்லி காம்பினேஷனைப் பாராட்டினார். அதை கேட்கக் கேட்க எனக்கு பசி அதிகரித்துக்கொண்டே சென்றது. எல்லோருக்கும் அப்படித்தான் இருந்திருக்கும் என்று தோன்றியது.

மேலும் இயக்குநர் தமிழகத்துக்கு ஒரு முக்கியத் தகவலையும் சொன்னார், அவருடைய அடுத்த படத்துக்கு வசனத்தைக் கௌரவன்தான் எழுதுகிறாராம். என் செவிப்பறையே அதிர்வது போல அப்போது ஒரு கைத்தட்டல் எழுந்தது. இது எனக்கே இப்போதுதான் தெரியும் என கௌரவன் சொன்ன போதும் மீண்டும் கைத்தட்டல் எழுந்தது.

இறுதியாக கௌரவன் பேசும்போது 'தமிழ் மிகப் பழமைவாய்ந்த மொழிதான். வளமான ஒரு இலக்கியப் பாரம்பர்யம் நமக்கு இருக்கிறது. ஆனால் கன்னட இலக்கியம் தமிழ் இலக்கியத்தைத் தாண்டிச் சென்றுவிட்டது. அவர்கள் நாவல்களிலும் கவிதையிலும் உச்சத்தைத் தொட்டுவிட்டார்கள். சிறுகதைகளைக் கூட உலகத் தரத்தில் எழுதுகிறார்கள். இப்போது என்னுடைய மொழிபெயர்ப்பில் வந்துள்ள இத்தொகுப்பை வாசித்தால் நீங்களே அதை உணர்வீர்கள். மலையாள இலக்கியம் அதற்கு கொஞ்சமும் சளைத்ததல்ல. என்னோட மருமகன் என்பதற்காகச் சொல்லவில்லை. என்னுடைய மகளின் மொழிபெயர்ப்பில் வந்துள்ள சிசில் எழுதிய கவிதைகளைப் படித்த போது நாம் எவ்வளவு பின்தங்கியிருக்கிறோம் என்பது தெரிந்தது'' என்றார். அவர் மகன் சந்ரு எழுதிக் கொண்டிருக்கும் ஆங்கில நாவல் முடியும் நிலையில் உள்ளதாகவும் அது இன்னும் ஆறு மாதத்தில் வெளிவந்துவிடும் என்ற தகவலையும் சொன்னார். அப்போது கைத்தட்டல் மிக பலமாக எழுந்தது.

கூட்டம் முடியும் தருவாயில் கௌரவன் ஒரு அறிவிப்பை செய்தார். அதில் 'வெளியூர் நண்பர்கள் எல்லோருக்கும் இங்கே உணவு தயாராக உள்ளது. அவசியம் சாப்பிட்டுவிட்டுத்தான் செல்ல வேண்டும்' என்றார்.

கணத்த மனதுடன் நான் கீழே இறங்கி வந்தேன். என்னுடன் இறங்கி வந்த பலரது முகத்திலும் அதே போன்ற உணர்வு ஒட்டிக்கொண்டிருந்ததாகத் தோன்றியது. அந்த அற்புதச் சாப்பாட்டை சாப்பிடத்தான் முடியவில்லை கதையையாவது கொடுத்துவிட்டுப் போகலாமே என்ற நப்பாசையில் வரவேற்பறையிலேயே கௌரவனுக்காக காத்திருந்தேன்.

அரை மணி நேரம் கழித்து கௌரவன் மேலிருந்து கீழிறங்கி வந்தார். என்னைப் பார்த்ததும் திகைத்து ''ஏன் கீழ வந்துட்டீங்க. சாப்பிட்டுட்டு வந்திருக்கலாமே'' என்றார்.

''பரவாயில்லை சார். இன்னொரு நாளைக்கு வர்றேன்'' என்று சங்கடத்துடன் சிரித்தேன்.

அவர் சொன்னார், ''பாருங்க, இருவது பேருக்குத்தான் சமைச்சிருக்கு. முப்பது பேருக்கு மேல சாப்பிட வந்துட்டாங்க. நாம அவுங்கள என்ன சொல்றது? இப்படி சாப்பாடு செஞ்சி செஞ்சிப் போட்டுத்தான் ஒன்னுமில்லாம போயிட்டேன்.''

எனக்குள் இருந்த பசி சட்டென்று காணாமல் போய்விட்டது.

நான் அவரிடம், ''இப்ப வெளியிட்ட கன்னட சிறுகதைகள் தொகுப்பு ஒரு காப்பி கிடைக்குமா சார்'' என்று கேட்டு என் பாக்கெட்டில் கைவிட்டு இரண்டு நூறு ரூபாய் தாள்களை எடுத்தேன். இனாமாகக் கேட்பதாக நினைத்துவிடக்கூடாது இல்லையா?

''இருங்க எடுத்துகிட்டு வர்றேன்'' என்று சொல்லிவிட்டு நகர்ந்தவர்,

‘‘சிசிலோட கவிதைத் தொகுப்பு கூட அற்புதமா இருக்கும் படிச்சிப் பாக்கிறீங்களா?’’ என்று கேட்டார்.

நான் சங்கடத்துடன், ‘‘அதை பிறகு வாங்கிக்கிறேன் சார்’’ என்றேன். அவர் சற்று ஏமாற்றத்துடன் அங்கிருந்து போனார்.

அதையும் வாங்கியிருக்கலாம். அவர் மகிழ்ந்திருப்பார். அந்த மகிழ்ச்சியை நீட்டிக்கச் செய்து கதையை கொடுத்துவிட்டிருக்கலாம். அதற்கான வாய்ப்பும் இப்போது நழுவிப்போய்விட்டது. கொஞ்சம் யோசனைக்குப் பிறகு இந்த களேபரங்கள் எல்லாம் இல்லாத ஒரு நாளில் வந்து கொடுத்துக்கொள்ளலாம் என்ற முடிவுக்கு வந்தேன். அங்கிருந்த பிரம்புநாற்காலியில் உட்கார்ந்துகொண்டேன்.

எனக்கு எல்லாமே அங்கே வியப்பாகவும் பிரமிப்பாகவும் இருந்தாலும் மூச்சித் திணறுவது போலவும் இருந்தது. ஏன் என்றுதான் தெரியவில்லை. வெளியே போய்விட்டால் கொஞ்சம் ஆசுவாசமாக இருக்கும் எனத் தோன்றியது.

எங்கிருந்தோ திரும்பி வந்திருந்த அந்த பூனை என் கால்களை உரசிவிட்டு என்னைப் பார்த்து ‘மியாவ்’ என்றது. அக்குரல் ஏதோ ஒரு ஏமாற்றத்தையும் துயரத்தையும் ஒலிப்பது போல இருந்தது. அதை எடுத்து மடியில் வைத்துக்கொண்டேன். அது பவ்வியமாக படுத்துக்கொண்டது.

இது வரை எந்த அற்புதங்களையும் நிகழத்தாத நானும் அந்த பூனையும் மட்டும் அந்த வரவேற்பறையில் தனியே விடப்பட்டது போல உணர்ந்தேன்.

சர்க்கஸ்

நிலவின் ஒளியில் காடு பிரகாசமாக இருந்தது. ஆடி மாதத்தின் தொடக்கமாதலால் காற்றின் வேகம் அதிகம்தான். அதனால் இலைகளின் ஓயாத சப்தம் பெரும் இசையென முழங்கிக் கொண்டிருந்தது. சமீபத்தில் பெய்த மழையினால் பாறைகளுக்கிடையில் சலசலத்து இறங்கிக் கொண்டிருந்தன ஓடைகள். ஒரு பாறையின் மேல், தன் கதகதப்பில் படுத்திருந்த குட்டிக்கு கதைசொல்லிக் கொண்டிருந்தது தாய்மான்.

`முன்னொரு காலத்தில...', `ஒரு காட்டுல...', `ஒரு நாட்டுல...' எனத் தொடங்கும் கதைகள்தான். வால் அறுந்த ஒரு குரங்கின் கதை, புள்ளப்பூச்சியை விழுங்கிவிட்ட பாம்பின் கதை, குட்டிக்கரணம் போட்ட ஒரு யானையின் கதை, மனிதர்களின் வேட்டையில் பலியான முன்னோர்களின் சோகக்கதைகள். அதில் ஒன்றுதான் எப்போதோ வாழ்ந்து மறைந்த ஒரு சிங்கத்தின் கதை. அந்த சர்வாதிகாரியின் கால் நகங்கள், கூரியப் பற்கள், கர்ஜனை, சிலிர்த்து நிற்கும் பிடரிமயிர், இரக்கமற்ற அதன் வேட்டைப் பற்றியெல்லாம் அதற்குச் சொல்லப்பட்டன. காலம்காலமாக கதைகள் வழியாகவே அந்த சிங்கம் காட்டை பரிபாலணம் செய்து வந்தது.

கதைகளை கேட்டபடி உறங்கிப்போகும் மான் குட்டி அன்று வழக்கத்துக்கு மாறாகக் கேட்டது, "அம்மா அந்த சிங்கத்தை நான் பாக்கனும்."

தாய் மான் சொன்னது, "அது பயங்கரமான ஒரு விலங்கு. அதைப் நேராப் பார்த்தா கடிச்சி தின்னுடும்."

"அது எங்கே இருக்குன்னு மட்டும் சொல்லு, நான் மறைவா நின்னு பாத்துட்டு ஓடி வந்துட்றேன்."

‘‘நீ ஏன் பிடிவாதம் பிடிக்கிற? இதுவரைக்கும் நானே அதை நேர்லப் பாத்ததில்லை. இவ்வளவு பெரியக் காட்டுல அது எங்க இருக்குன்னு யாருக்குத் தெரியும்? எப்படி அதைக் காட்டுவேன்?’’ என்று வருத்தத்துடன் சொன்னது தாய் மான்.

‘‘பக்கத்திலதான் எங்கியோ இருக்கு. நீ பொய் சொல்ற. நான் சிங்கத்தைப் பார்த்தே ஆகனும்’’ என்று அடம் பிடித்தது குட்டி மான்.

அதற்கு என்ன சமாதானம் சொல்வதென்று யோசித்த தாய் மான், ‘‘சரி, நாளைக்கு குள்ளநரி மாமா வரட்டும் விசாரிக்கலாம். அவனுக்கு ஒரு வேளை அது இருக்கிற இடம் தெரிஞ்சிருக்கலாம், இப்போ நீ தூங்கு’’ என்று அதை சமாதானப்படுத்தித் தூங்க வைத்தது.

மறுநாள் குள்ளநரி வந்ததும் விஷயத்தை சொன்னது தாய்மான்.

வியப்படைந்த நரி, குட்டி மானைப் பார்த்துப் பரிகாசத்துடன் கேட்டது, ‘‘சிங்கமா? இந்தக் காட்ல அது எங்கேயிருக்கு?’’

‘‘பாத்தியா, நான் சொன்னதை நீ நம்பலை இல்லியா?’’ என்று சொன்னது தாய்மான்.

அது சமாதானமாகவில்லை. ‘‘வேற எங்கே இருக்குமோ அங்கே கூட்டிக்கிட்டுப் போய் காட்டுங்க’’ என்றது.

தாய்மான் சொன்னது, ‘‘கண்ணு, நம்ம காட்ல சிங்கம் இல்லை. அதையெல்லாம் கொண்டு போய் கூண்டுல அடச்சி வச்சிட்டாங்க. சிங்கத்தைப் பாக்கனும்னா மிருகக் காட்சி சாலைக்குதான் போகனும். அது இங்க இல்ல. ரொம்ப தொலைவுல பட்டணத்தில இருக்கு. அங்கெல்லாம் நாம போக முடியாது.’’

ஏதோ ஞாபகம் வந்ததைப் போல நரி சொன்னது, ‘‘பக்கத்தில இருக்கிற டவுனுக்கு சர்க்கஸ் வந்திருக்காம். அதுல சிங்கம் இருக்கிறதா சொன்னாங்க. ஆனா அங்கப் போனா மனுசனுங்க நம்மல புடிச்சி கறி அறுத்துத் தின்னுடுவாங்களே.’’

அப்பத்தான் மான்குட்டிக்கு நம்பிக்கை வந்தது. அது மகிழ்ச்சியுடன் சொன்னது, ‘‘அப்ப என்னை அந்த சர்க்கஸுக்கு கூட்டிக்கிட்டுப் போய் காட்டுங்க.’’

இது குறித்து நரி தீவிரமாக யோசித்தது. காரணம் அதுவுமே கூட இதுநாள் வரை சிங்கத்தைப் பார்த்ததில்லை. அதனால் அதற்கும் ஒரு ஆர்வம் எழுந்தது. பிறகு சொன்னது, ‘‘சரி நாளைக்கு வந்து கூட்டிக்கிட்டுப் போறேன். அதுவரைக்கும் அமைதியா இருக்கனும்.’’

விடைபெற்றுச் சென்றது நரி.

அன்று இரவு மான்குட்டியின் கனவில் சிங்கம் பல ரூபங்களில் வந்தது. காட்டில் உள்ள விலங்குகளையெல்லாம் துவசம் செய்தது. இரண்டு கொம்புகளும், நீண்ட வாலும், நீண்ட கால்களும் கொண்ட

உயரமான ஒரு மிருகத்தைப் போல மான்குட்டியை துரத்தியது. தாய்மான் மட்டும் வந்து விரட்டியிருக்கவில்லை என்றால் அக்கொடிய மிருகம் அதைக் கொன்றுபோட்டிருக்கும்.

இப்போது இக்கதையின் முக்கிய அறிமுகம் 'மந்திரப் பூனை. அடர்ந்த கருப்பு நிறத்தில் இருந்த அது, தனது பச்சை நிறத்தில் மின்னும் கண்களால் அச்சுறுத்தியபடியும், வித்தைகள் பல காட்டி வியக்க வைத்தபடியும் அப்பகுதியில் உலவி வந்தது. எந்த இடத்திலும் திடீரென்று எதிரேத் தோன்றி மற்ற விலங்குகளை அதிர வைத்தது. அது தனது கைகளை சுழற்றி விதைகளை செடிகளாகவும், செடிகளை மரங்களாகவும், பூக்களை கனிகளாகவும், ஓணானை அணிலாகவும், அணிலை பறவையாகவும் மாற்றியது. ஆனால் அதற்கு எதனையுமே எலிகளாக மாற்ற முடியவில்லை. அவற்றை வேட்டையாடவும் முடியாதபடி ஒரு சாபம் அதைத் தடுத்தது. தனக்கே துரோகம் இழைத்த அந்த பூனைக்கு அதன் குருநாதரால் வழங்கப்பட்ட தண்டனைதான் அது. யாராவது பிடித்துக்கொடுத்தால் மட்டுமே அதனால் எலிகளை உண்ண முடியும். காடு முழதும் எலிகள் இருந்தாலும் அது பசியில் வாடியது. அதன் பலவீனத்தைத் தெரிந்து கொண்ட எலிகள் தைரியத்துடன் அதை உரசிக்கொண்டே சென்றன. இப்படியாக அது பசியும் பட்டினி யுமாக இருந்த ஒரு நாளில்தான் குள்ளநரியானது குட்டிமானைக் கூட்டிக்கொண்டு அதன் உதவியை நாடி வந்தது. கூடவே அது ஒரு எலியையும் பிடித்துக் கொண்டு வந்திருந்தது.

வாயில் எச்சில் ஊற பூனை கேட்டது, "வர வேண்டும் விருந்தி னர்களே. இந்த அற்புதமான எலிக்குப் பதிலாக நான் உங்களுக்கு என்ன செய்ய வேண்டும்."

குள்ளநரி சொன்னது, "நாங்க சிங்கத்தைப் பாக்கிறதுக்காக சர்க் கஸுக்குப் போறோம். இதே உருவத்திலப் போனா மனுஷங்க விடமாட்டாங்க. அதனால அடையாளம் தெரியாதபடி எங்கள மானுடச் சிறுவர்களா மாற்றிவிடனும்."

சற்றே தயங்கியப் பூனை, குள்ளநரியின் கையில் தொங்கிக் கொண்டிருந்த எலியைப் பார்த்துக்கொண்டே, "அப்படியா... சரி சரி..." என ஒப்புக்கொண்டது.

எலியைப் பெற்றுக்கொண்ட பூனை, பின்னர் தன் வலது கையை அவர்களை நோக்கி அசைத்து மந்திரம் ஒன்றை முணுமுணுத்தது. உடனே அவர்கள் இருவரும் இரண்டு சிறுவர்களைப் போல உருமாற்றம் பெற்றனர்.

பூனை கேட்டது, "செலவுக்கு என்ன பண்ணுவீங்க? அங்க எல்லாம் பணம்தான். பணம் கொடுத்தாத்தான் உள்ள விடுவாங்க, சாப்பாடு கூடக் கிடைக்கும்."

அவர்கள் இருவரும் செய்வதறியாது திருதிருவென விழித்து

நின்றனர். இதை அவர்கள் யோசிக்கவில்லை.

"கவலப் படாதீங்க. நான் குடுக்கிறேன்" என்ற பூனை, பக்கத்தில் இருந்த செடியிலிருந்து கொஞ்சம் இலைகளை உருவி கையில் வைத்துக்கொண்டு மந்திரம் சொன்னதும் அவை பணமாக மாறி-விட்டன. அதே போல கொஞ்சம் கற்களை பொருக்கி காசுகளாக மாற்றிக் கொடுத்தது. அவற்றை வாங்கிக்கொண்டு இருவரும் காட்டிலிருந்து இறங்கத் தொடங்கினர். அப்போது சில வேடிக்கை சம்பவங்களும் நிகழ்ந்தன. இவர்களை மனித உருவில் கண்ட மிருகங்கங்கள் மிரண்டு ஓடின. முயல்கள் புதர்களுக்குள் போய் பதுங்கிக்கொண்டன. பறவைகள் மரங்களுக்கு மேலே படபடத்து பறந்தன. இது மான்குட்டிக்கும் குள்ளநரிக்கும் சிரிப்பை வரவழைத்தது. பின்னர் காட்டைவிட்டு இறங்கிய அவர்கள் நகரத்தை நோக்கி வெகுதூரம் நடந்தனர்.

ஆற்றுப்பாலத்தை தாண்டியதும் நகரத்தின் வாசலுக்குள் நுழைந்துவிட்டதை அவர்கள் உணர்ந்தனர். அங்கே சாலையின் வலதுபுறமாக முதலில் எதிர்பட்டது ஒரு குழந்தைகள் பள்ளிக் கூடம்தான். மாலை நேரமாகையால் மைதானத்தில் சிறுவர்கள் விளையாடிக்கொண்டிருந்தனர். ஒரு குண்டு வாத்தியார் சிறுவர்களை வரிசையாக நிற்க வைத்து ஒரே மாதிரி கைகால்களை அசைக்கக் கற்றுக் கொடுத்துக் கொண்டிருந்தார். அந்த சிறுவர்களெல்லாம் காலில் ஷூ அணிந்திருந்தது மான்குட்டிக்கு வியப்பை ஏற்படுத்தியது. இதைவிட அதற்கு வியப்பாக இருந்தது வாகனங்களில் பரபரப்புடன் போய்க்கொண்டிருக்கும் மனிதர்கள்தான். அவர்கள் பின்பற்றிய விதிகள், சட்ட திட்டங்கள் எல்லாமே காட்டின் விதிகளிலிருந்து மாறுபட்டதாக இருந்தன. பிரதான சாலையைக் கடப்பதற்குள் இருவரும் திணறிப்போனார்கள்.

அவர்கள் தடுமாறுவதைப் பார்த்து, "தம்பிகளா பார்த்துப்போங்க" என்று ஒரு பெரியவர் எச்சரிக்கை செய்துவிட்டுப் போனார்.

மான்குட்டி கேட்டது, "மாமா, இந்த மனுஷங்களுக்கு றெக்க இருந்திருந்தா எப்படி இருந்திருக்கும்?"

நரி சொன்னது, "ஆமாம். இன்னும் வேகமா பறந்து போயிருப்பாங்க. இது மாதிரி முட்டி மோத வேண்டியதிருந்துருக்காது."

பள்ளி முடிந்து மாணவர்கள் தோளில் பைகளுடன் சைக்கிள்களிலும் கால்நடையாகவும் வீடு திரும்பிக்கொண்டிருந்தனர். அக்காட்சி இன்னும் வேடிக்கையாகவும் உற்சாகமூட்டுவதாகவும் இருந்தது மான்குட்டிக்கு. அவர்களையேப் பார்த்த படியே நடந்தது அது.

மனிதர்களின் பேச்சும், நடத்தையும், அவர்கள் செயலாற்றும் விதமும் குள்ளநரிக்குப் பொறாமையை ஏற்படுத்தியது. அவர்கள் பெரும் புத்திசாலிகளாகவும் தந்திரமிக்கவர்களாகவும் தோன்றியதே இதற்குக் காரணம். 'வலிமை மிக்க எவ்வளவோ விலங்குகள் காட்டில் இருந்தும்

அவற்றால் ஒரு பாறையைக் கூட நகர்த்தி வைக்க முடிவதில்லையே! ஆனால் இந்த மனிதர்கள் மலையையே உடைத்து துவசம் பண்ணிக்கொண்டிருக்கிறார்கள். நாம் ஒரு ஓடையைத் தாண்டுவதற்கு சிரமப்படும் போது பாலம் அமைத்து ஆற்றையே கடந்து விடுகிறார்கள். பிறகு மனிதர்களின் விதவிதமான உடைகள், அதன் வண்ணங்கள், அவர்களை சுமந்து செல்லும் இந்த வாகனங்கள், அதன் வேகம், சத்தம், உயர உயரமான கட்டடங்கள்...! அம்மம்மா...! பாறைகளையும், மரம் செடிகொடிகளையும் அகற்றிவிட்டு என்ன செய்துகொண்டிருக்கிறார்கள் இவர்கள்? எதை நோக்கி இவ்வளவு துரிதமாகப் போய்க்கொண்டிருக்கிறார்கள்?' குள்ளநரிக்கு எதுவும் தெளிவுபடவில்லை. 'ஒரு வேளை மனிதர்களுக்கு இந்த தெளிவு இருக்கும் போலும்' என அது நினைத்துக்கொண்டது.

நகரத்திற்கு வெளியே ஒரு வயல்காட்டில் இருந்தது அந்த சர்க்கஸ் கூடாராம். முகப்பில் ஏழெட்டு யானைகள் கட்டிவைக்கப்பட்டிருந்தன. அவற்றைப் பார்த்ததும் ஏதோ காட்டுக்கே திரும்ப வந்துவிட்டது போல மான்குட்டிக்கு உற்சாகம் பிறந்துவிட்டது.

"ஏ யானை! மாமா இதுங்க காட்ல தான இருந்ததுங்க. இங்க யாரு கூட்டி வந்தாங்க?" என்று கேட்டது மான்குட்டி.

குள்ளநரி சொன்னது, "மனுசங்கதான்."

"இது வச்சி என்ன பண்றாங்க?"

"தெரியல. உள்ள போய்ப் பாத்தாத் தெரியும்."

நுழைவுச் சீட்டை வாங்கிக்கொண்டு இருவரும் உள்ளே போய் உட்கார்ந்தார்கள். அந்த கூடாரத்தின் பிரமாண்டம் மான்குட்டியை மிரளச்செய்தது. சுற்றி ஜனங்கள் உட்கார்ந்திருக்க நடுவில் இருந்த மைதானத்தின் மேல் பெரிய வலை ஒன்று தொங்கவிடப்பட்டிருந்தது. அது சிலந்திவலையைப் போல அதற்குத் தோன்றியது. அதில் இதுவரை நாம் பார்த்தே இராத பெரிய ராட்சதச் சிலந்தி ஒன்று வரப்போகிறதோ என்று பீதியுடன் உட்கார்ந்திருந்தது குட்டிமான். அப்போது இசைக் கருவிகள் பெரும் சத்தத்துடன் முழங்கத் தொடங்கின. சுழலும் வண்ண ஒளிகளுக்கு நடுவே ஆண்களும் பெண்களும் வேகமாக உள்ளே வந்தார்கள். தொங்கிக்கொண்டிருந்த கயிறுகளிலும் ஏணிகளிலும் மேலே ஏறினார்கள். பிறகு கைவிட்டு, கைகொடுத்து இங்கும் அங்கும் தாவிப்பறந்தார்கள். அந்தரத்தில் குட்டிக்கரணம் போட்டார்கள். இறுதியாக வலையில் குதித்தெழுந்து எல்லோரும் உள்ளே போனார்கள். அந்த காட்சி முடிந்ததும் பத்து பதினைந்து மனிதர்கள் ஓடிவந்து வலைகளை அகற்ற ஆரம்பித்தனர்.

"இதுதான் சர்க்கஸா?" உற்சாகம் வடிந்த குரலில் கேட்டது மான்குட்டி. " இந்த கயிறுங்க இல்லாம நம்ம குரங்குகளும் அணில்களும் இதைவிட பிரமாதமா தாவி குதிக்குமே" என்றது.

அதை ஆமோதிப்பது போல குள்ளநரி சிரித்தது.

"மாமா, எனக்கு தாகமாக இருக்கு தண்ணி வேணும்" என்று கேட்டது மான்குட்டி. வெளியே எழுந்து போன குள்ளநரியோ இரண்டு குளிர்பானப் பாட்டில்களுடன் வந்தது. அதை எப்படி குடிப்பதென்று மான்குட்டிக்குத் தெரியவில்லை; குள்ளநரிக்கும்தான். பக்கத்தில் இதேபோல் பாட்டிலை வைத்துக் குடித்துக் கொண்டிருந்த மனிதர்களைப் பார்த்து அது போல குடிக்கச் சொன்னது. அதே போல இதுவும் உறிஞ்சியது. ஆனால் உடனே கீழே துப்பிவிட்டது.

"நான் தண்ணிதானே கேட்டேன், வேற எதையோ வாங்கி வந்திருக்கியே மாமா" என்று முகம் சுலித்தது மான்குட்டி. 'என்ன மனிதர்கள் இவர்கள், எப்படி இதையெல்லாம் குடிக்கிறார்கள்' என்று அலுப்புற்று குடிக்காமல் அப்படியே கீழே வைத்துவிட்டது. நரியோ வீம்புக்கு எல்லாவற்றையும் உறிஞ்சிக்குடித்துவிட்டு ஏப்பம் விட்டுக்கொண்டிருந்தது.

சர்க்கஸ் அரங்கத்துக்குள் நாய் சைக்கிள் விட்டது; கரடி ஸ்கூட்டர் ஓட்டியது; ஆண்களும் பெண்களும் தரையிலும், கயிறுகளின் மேலும் பல சாகஸங்களை நிகழ்த்திக்காட்டினர்; சாட்டை விலாசலுக்கு பயந்து குதிரைகள் அரங்கத்தில் வட்டமடித்து ஓடின; வாத்து வண்டி இழுத்தது. மான்குட்டியின் மனம் அலுத்துக்கொண்டது, 'சிங்கத்தைதான் இன்னும் காண்பிக்க மாட்டேன் என்கிறார்கள். எப்போது காண்பிப்பார்கள்?'

வெளியே கட்டிப்போடப்பட்டிருந்த யானைகள் வந்தன. சின்ன ஸ்டுலின்மேல் நான்கு கால்களையும் வைத்து சிரமத்துடன் நின்று காண்பித்தன. பந்து விளையாடின. பூஜை செய்தன. முன்கால்கள் இரண்டையும் தூக்கி மனிதர்களுக்கு சலாம் வைத்தன. 'இதற்குத் தான் இவற்றைக் காட்டிலிருந்து ஓட்டி வந்தார்களா? அங்கே எவ்வளவு கம்பீரமாக உலா வந்தன இவை' என அவற்றைப் பார்த்துப் பரிதாபப்பட்டது மான்குட்டி.

நீர்யானை என்று சொல்லப்பட்ட வினோத மிருகம் எந்த சாகஸத்தையும் செய்யாமல் மக்கு போல வெறுமனேத் திரும்பிச் சென்றது.

சிங்கத்தைதான் இன்னும் காண்பிக்கவில்லை. பொறுமையிழந்து விட்டது மான்குட்டி. மனிதர்களின் அசட்டு சாகஸம்தான் தொடர்ந்து கொண்டிருந்தது. பளு தூக்கினார்கள், தட்டுக்களை வீசிப்பிடித்தார்கள், கூண்டுக்குள் மோட்டார் சைக்கிள் ஓட்டினார்கள். அரங்கத்தில் எப் போதும் காணப்பட்ட இரண்டு குள்ளர்களை ஏனோ மான்குட்டிக்குப் பிடித்திருந்தது.

இறுதியாக வேறு ஏதோ ஆயத்தங்கள் நடைபெறத் தொடங்கின. இரும்பாலான வேலிகளை நிர்மாணித்துக் கொண்டிருந்தார்கள் ஆட்கள்.

மான்குட்டி கேட்டது, "என்ன செய்றாங்க?"

''சிங்கம் வரப்போகுது போல'' என்றது குள்ளநரி.

கம்பிவலைகளால் ஆன குகை ஒன்று அரங்கத்திலிருந்து புறப்பட்டு வெகுதொலைவுக்கு வால்போல நீண்டு, கூடாரத்திற்கு பின்னால் போய் மறைந்தது. நீண்ட நேரம் இந்த ஏற்பாடுகளே நடைபெற்றுக் கொண்டிருந்தன.

தொலைவில் உறுமல் சத்தம் கேட்டது. ஆட்கள் சிலர் கம்பி வேலிகளைத் தட்டி ஒலி எழுப்பினார்கள். தொடர்ந்து இந்த சப்தங்கள் கேட்டுக்கொண்டிருந்தன. பார்வையாளர்கள் அனைவரின் கவனமும் கம்பி வேலிக்குள் நிலைகுத்தியிருக்க கம்பீர நடையுடன் மிருகம் ஒன்று மெல்ல நடந்து அரங்கத்திற்குள் வந்தது.

மினுமினுப்பாகவும் வினோதமாகவும் ஆடை உடுத்தியிருந்த ஒரு மனிதன் கையிலிருந்த சாட்டையை சொடுக்கியதும் அது ஒரு நாற்காலியின் மேல் ஏறி நின்றது.

''சந்தேகமில்லை, இதுதான் சிங்கம்'' என்றது குள்ளநரி.

அதைத்தொடர்ந்து இன்னொரு சிங்கமும் அரங்கத்திற்குள் வந்தது. இது சற்றுத் துடிப்புடன் காணப்பட்டது. சாட்டையின் வீச்சுக்கு உறுமி தனது கண்டனத்தைத் தெரிவித்துவிட்டு நிதானமாக ஒரு நாற்காலி-யின்மேல் ஏறி, அதைவிட உயரமாக இருந்த இன்னொரு நாற்காலியின் மேல் முன் காலை ஊன்றி நின்றது. அதைப்போல இன்னும் இரண்டு சிங்கங்கள் அரங்கத்திற்கு அழைத்துவரப்பட்டன.

''மொத்தம் நான்கு சிங்கங்கள்!'' என்று வியந்தது மான்குட்டி. ''சிங்கம் நாம்மல யாருன்னு அடையாளம் கண்டுக்குமா?'' என்று அச்சத்துடன் கேட்டது.

குள்ளநரி சொன்னது, ''நம்மள திரும்பிப்பாக்க அதுங்களுக்கு எங்கே அவகாசம் இருக்கப்போகுது? அப்படியே பாத்தாலும் அதனால கண்டு பிடிக்க முடியாது. கண்டுபிடிச்சாலும் அதனால என்ன செஞ்சிட முடியும்? சுத்தித்தான் இரும்பு வேலி இருக்கே. அப்புறம் அத அடக்க மனுஷங்க இருக்காங்க, அவுங்க கையில நீள நீளமான சாட்டைங்க இருக்கு...''

அந்த நான்கு சிங்கங்களும் சாட்டையின் சொடுக்களுக்கு பயந்து இங்கும் அங்கும் தாவின. இறுதியாக நாற்காலிகளின் மேலிருந்த சிங்கங்களை கீழே இறக்கி நிற்க வைத்தான் அந்த வினோத உடை மனிதன். வரிசையாக நின்ற சிங்கங்கள் ஒவ்வொன்றாக கால்களை மடக்கி வைத்து கீழேப் படுத்தன. சிறு அசைவுகளைக்கூட வெளிப் படுத்தாது சிறிது நேரம் படுத்திருந்தன.

மான்குட்டி கேட்டது, ''என்ன செய்யுது?''

நரி சொன்னது, ''அந்த நாலு சிங்கங்கத்தையும் அந்த மனிஷன் தூங்க வைச்சிருக்கான்.''

இறுதியாக ஒரு சாட்டை சொடுக்களின் சத்தத்தில் நான்கும் மிரண்டு எழுந்து கொண்டன. வெளியேறுவதற்கான வாயிலை நோக்கி அவைகளை விரட்டினான் அவன். ஒன்றன் பின் ஒன்றாக அவை அந்த இரும்பு குகை வழியில் சென்று மறைந்தன.

மான்குட்டி வியந்து சொன்னது, ''இந்த மனுஷங்க எவ்வளவு தைரியமானவங்களா இருக்காங்க!''

குள்ளநரி சொன்னது, ''ஆனா சிங்கத்த விட ரொம்ப ஆபத்தானவங்களாத் தெரியறாங்க. விபரீதமா ஏதாவது செஞ் சிடுவாங்களோன்னு அச்சமா இருக்கு.''

காட்டுக்கு திரும்பி வந்த இருவரும் முதலில் அந்த மந்திரப் பூனையைப் பார்க்கச் சென்றார்கள். மீண்டும் ஒரு எலியை பெற்றுக் கொண்டுதான் பூனை இவர்களை சுய உருவுக்கு மாற்றிவிட்டது. பிறகு மான்குட்டி தன் தாயைத் தேடிப்போனது.

''வந்துட்டியா என் செல்லம். எங்க அந்த மனுஷங்கக் கிட்ட மாட்டிக்கிவியோன்னு பயந்துகிட்டே இருந்தேன்'' என்று தனது நாவினால் தடவிக்கொடுத்தது.

தனது குட்டி சோர்வாக இருப்பதை தெரிந்து கொண்ட தாய்மான் கேட்டது, ''ஏன் இப்படி இருக்க? சிங்கத்தைப் பாத்தியா இல்லையா?''

''ஓ பாத்தனே, தூங்கிற நாலு சிங்கங்கள்'' என்றது மான்குட்டி. அதில் பரிகாசம் தொனித்தது.

துயில்

இது போன்ற அகாலப் பயணத்தை பல முறை அவன் யோசித்திருக்கிறான். அவன் மனம் அதிக வலியை உணரும் தருணங்களிலெல்லாம் இந்த சிந்தனை அவனுக்கு வந்திருக்கிறது, ஆறுதல் அளித்திருக்கிறது. அப்போதெல்லாம் அதை நோக்கி அவனை முழு விசையோடு தள்ளக்கூடிய எதுவும் அவன் பின்னால் இல்லையா அல்லது அந்த கனத்தின், சஞ்சலம் மிக்க மனதின் யோசனை என அவன் எண்ணினானாத் தெரியவில்லை, அப்பயணம் கைகூடவில்லை. ஆனால் இப்போது எல்லாம் வழிவிட்டு, வரவேற்று நிற்கிறதாக இருக்கலாம். இவ்வளவு நிச்சயத்துடன் அவனை வழி அனுப்பி வைத்த அது - அல்லது அவை - ஒரு வாகனத்தை அனுப்பித் தராதா என்ன?

"உனக்கு சிந்தனை மழுங்கிவிட்டதா?" ஒரு குரல் கேட்கிறது. ஆனால் முன்பு போல அவ்வளவு வலுவாக இல்லை. அதற்குத் தெரியும் இந்த கேள்வியின் சம்பிர்தாயம். இதற்கெல்லாம் சபலப்படும் நிலையில் அவன் புத்தி இல்லை. அது தெளிவுடன் இருக்கிறது. கசடுகள் நீங்கி, கலங்கல்கள் வடிந்து, தெளிந்து, பாறைகளின் வழியே வழிந்தோடிக்கொண்டிருக்கிறது. எங்கே போக வேண்டும் என்ற நிச்சயம் அதற்கு இருக்கிறது. உயிர் உருவாகும் போதே அதன் திசை, அதன் ஸ்திதி எழுதப்பட்டுவிட்டது. அதற்குத் தெரியும் காட்டை நோக்கிப் போவதா, கடலை நோக்கிப் போவதாவென.

இதோ ஒரு ஆட்டோ சப்தம். ஆனால் எதிர் திசையில். அவநம்பிக்கையுடன் அதற்கு கை காட்டுகிறான். அது நிற்கிறது. எங்கே போக வேண்டும் என அவன் சொல்கிறான். இரவென்பதாலும், தொலைவென்பதாலும் யோசனை. அதை ஈடு செய்யும்படியான ஒரு தொகை. அது அதிகம்தான்.

ஆனால் அவனிடம் இருக்கிறது. அவன் ஒப்புக்கொள்கிறான். ஆட்டோ திரும்பி வந்து நின்று அவனை உள்வாங்கிக்கொள்கிறது. அவன்-மனம் சுணிக்கவில்லையா? எல்லாம் முன்பான ஒரு ஏற்பாடு, வேறு என்ன? இதோ பயணம் தொடங்கிவிட்டது, மரங்கள் அடந்த சாலையில்...

இது இருள் நோக்கியா வெளிச்சத்தை நோக்கியா அல்லது இரண்டும் அல்லாது எல்லாவற்றையும் விழுங்கி ஏப்பம் விடும் அந்த கருந்துளை நோக்கியா? நூறு சதவீத நிச்சயம் ஒன்றும் இல்லை.

தார் சாலையை விட்டு விலகிய வாகனம், மண் சாலைக்குத் தாவுகிறது. பிறகு ஊர். அதன் தெருக்களில் நுழைந்து அதன் உறக்கத்தை சபித்தபடி கடந்து செல்கிறது. எப்போதும் தன் ஊராக உணராத அவன் ஊர்தான் அது. ஏன் அது? அவன் அய்யாவாலா? இருக்கலாம். ஆனால் இந்தத் தெருக்களில் நமக்கு ஒரு வீடு வேண்டும் என அவன் மனம் விருப்பாதது போல அவன் அய்யாவும் விரும்பவில்லை போல.

ஊரைக் கடந்தும் அவன் வழி காட்டினான். அது ஆட்டோக்காரனை திகைக்கச் செய்திருக்க வேண்டும்.

அவன் கேட்டான், ''சார் இது எங்கப் போவுது?''

''காட்டுக்கு. இது வழியாத்தான் எங்க நிலத்துக்குப் போகனும்.''

அது சுடுகாட்டுக்குப் போகிறது எனச் சொல்லியிருந்தால் அவன் அதிகமே மிரட்சி கண்டிருப்பான். இந்த இருளில் இப்பாதையும் பயணமும் யாரையும் அப்படி ஆக்கும் என்பதில் சந்தேகமில்லை. அவன் புதியவன் வேறு. புதியவன் என்பதாலேயே சில சாதகங்கள் இருந்தன. ஒரு வேளை இவனைப் போல அந்த பாதையில் அவன் சிறுவயதிலிருந்து பார்த்த பல பிணங்களின் முகங்கள் ஞாபகத்துக்கு வந்தால் என்ன செய்வான்? இந்த வழியில் நடு சாமத்தில் கொள்ளிவாய்ப் பிசாசுகள் நெருப்பைக் கக்கிச் செல்லும் கதைகளைக் கேட்டிருந்தால் அவன் மனம் என்ன சிந்தித்திருக்கும்?

அப்பாதையிலிருந்து விலகி திரும்பும் போதே தொலைவில் தோப்பும் அவன் வீடும் தெரிந்தது. அந்த மாய இருளில் அது தனித்து விடப்பட்ட ஜீவன் போல மங்கித் தெரிந்தது. தென்னை மரங்களுக்கு மத்தியில் சென்ற வாகனத்தின் ஒளி பட்டு அது திகைப்பது போல இருந்தது. இருளில் வாழப் பழகிவிட்ட அதற்கு இந்த ஒளி, ஆகூசையை ஏற்படுத்தியதில் என்ன ஆச்சர்யம் இருக்கப் போகிறது?

வீட்டுக்கு எதிரே இருந்த களத்தில் இவன் இறங்கும் போது ஆட்டோக்காரன் கேட்டான், ''யாரும் இல்லப் போல இருக்கே சார். இந்த நேரத்துக்கு எதுக்கு சார்?''

இதற்கு அவன் என்ன பதில் சொல்லுவான்? தன் பர்சிலிருந்த சில நோட்டுகளை எடுத்துக் கொடுத்தான்.

அவன் விளக்கொளியில் சென்று சரி பார்த்துவிட்டு திகைப்புடன்

சொன்னான், ''என்கிட்ட சில்லரை இல்லையே சார்.''

''என்கிட்டயும் அவ்வளவுதான் இருக்கு. வச்சிக்கங்க.''

இவன் இந்த நேரத்தில் இங்கு வந்து சேர்ந்தது குறித்து அவனுக்கு ஒரு குழப்பமான எண்ணங்கள் தோன்றியதில் ஆச்சர்யம் என்ன இருக்கிறது?

அவன் சொன்னான், ''சார் தப்பா நினைச்சிக்காதிங்க. நீங்க கொஞ்சம் போதையில இருக்கீங்கன்னு நினைக்கிறேன். இந்த நேரத்துக்கு நீங்க வந்திருக்கக் கூடாது. வண்டியில ஏறினிங்கன்னா உங்களத் திரும்பவும் அங்கியே கொண்டு போய் விட்டுற்றேன். காசு எதுவும் கொடுக்க வேணாம்.''

கருணையோ, மனிதாபிமானமோ, ஆபத்தின் மீதான அச்சமோ அவன் இதைச் சொல்கிறான். ஆனால் இவனோ இந்த யோசனையை ஏற்கும் மனநிலையில் இல்லை. மேலும் இந்த இருள், இந்த வீடு, அதை சூழ்திருக்கும் அச்சம் எல்லாம் அவனுக்கு புதிதா என்ன?

''பிரச்சினை எதுவும் இல்ல. இது என் வீடுதான். உள்ள ஆளுங்க இருப்பாங்க. நீங்க போங்க.''

தயக்கத்துடன் அவன் ஆட்டோவை எடுத்துக்கொண்டு புறப்பட்டுவிட்டான்.

அந்த ஒளியும் சப்தமும் விலகி மறைவது வரை அவன் அங்கேயே நின்றிருந்தான். இப்போது அந்த வீட்டின் தனிமையில் அவனும் கலந்து போய் விட்டான். களத்தில் சில இடங்களில் புல்லும் சில இடங்களில் செடிகளும் முளைத்து வளர்ந்திருந்தன. இன்னும் சில நாட்களில் அவை படர்ந்து வளர்ந்து களம் முழுவதையும் ஆக்கிரமித்துவிடும் எனத் தோன்றியது.

கேட்டை தள்ளித் திறந்து கொண்டு போய் திண்ணையில் உட்கார்ந்தான். தோளில் மாட்டியிருந்த பையை கீழே கழற்றி வைத்தான். கிழக்கு மலைக்கு மேலே நிலவின் ஒளி வானத்தில் பரவத் தொடங்கி-யிருந்தது. இன்னும் உதயம் நடக்கவில்லை. சுற்றிலும் தென்னை மரங்களும், வாழைத் தோட்டமும் அரண் போல நின்று தொலைவுக் காட்சிகளை காண ஒட்டாமல் மறைத்திருந்தன. பக்கத்து நிலத்து நெல் வயலிலிருந்து தவளைகளின் இரைச்சல் கேட்டுக் கொண்டிருந்தது. ஆமாம் நெல் வயல்கள் இரவில் உறுங்குவதில்லை என்பது அவனுக்குத் தெரியாதா என்ன? சில சமயங்களில் இரவின் மந்தகாசம் பற்றி எரிவது போலக் கூடத் தோன்றும்.

அவன் எழுந்து, வீட்டுக்குப் பக்கத்தில் இருந்த மாட்டுக் கொட்டகை நோக்கிச் சென்றான். அதன் ஒரு பகுதி இடிந்து அதற்கு மேலே இருந்தக் கூரை சரிந்திருந்தது. கொட்டகையில் மாடுகளோ, ஏன் சாணத்தின் வாசமோ கோமியத்தின் வாசமோ கூட இல்லை. அதற்குப் பதிலாக ஒரு நெடி மட்டும பரவிக் கிடந்தது.

உள்ளே போய் அங்கிருந்த ஒரு அறையின் சுவரில் துழாவி சாவி ஒன்றைத் தேடி எடுத்தான். மாட்டுக் கொட்டகையிலிருந்து திரும்பி வந்த அவன், வீட்டின் நிலைக் கதவைத் திறந்தான். பாழின் அடர்த்தி கூடி அதன் மணம் நாசியில் படிந்தது. காலணிகளை வெளியே விட்டு வந்ததால் வெறும் காலில் புழுதியின் ஸ்பரிசத்தை உணர முடிந்தது. தன் கால்சராய் ஜோபியிலிருந்த தீப்பெட்டியை எடுத்து குச்சியைக் கொளுத்தினான். அதன் துணை கொண்டு வரவேற்பறை முழுவதையும் ஒரு முறை நோட்டம் விட்டான். பழக்கத் தோஷத்திலோ என்னவோ மின் விளக்கின் சுவிட்சியை அவன் கைகள் அழுதின. ஆனால் விளக்குகள் எரியவில்லை. ஆமாம் முன்பொருமுறை - எப்போது என நினைவில்லை - வந்த போது கூட எரியவில்லை. வயர்கள் சேதமாகி இருப்பதாக அவன் மாமா சொன்னார்.

உள் கதவுகளின் சாவிகள் வழக்கமான இடத்தில் இல்லை. அதை அவன் மாமா எங்கோ மாற்றி வைத்திருக்க வேண்டும். அதை இரண்டு மூன்று தீக்குச்சிகளின் துணையோடு தேடி எடுத்தான். அது அவனுக்கு எரிச்சலை ஏற்படுத்தியது. சாவிகள் இப்படி ஒளிந்து வாழ்வது அதன் சாபம் என அவனுக்குத் தோன்றியது. மனிதர்கள் மீது மனிதர்களுக்கு நம்பிக்கையற்றுப் போனதன் அவமானச் சின்னம்.

அந்தக் கதவையும் அதற்கு அடுத்து இருந்த கதவையும் திறந்து பெரிய அளவிலான புழங்கும் அறைக்கு வந்தான். இடையே சில இடங்களில் நூலாம் படை அவன் முகத்திலும் கைகளிலும் ஒட்டிக்கொண்டு வந்தது. இடது பக்கச் சுவர் ஓரமாகவே நடந்து கதவற்ற பூஜை அறைக்குள் நுழைந்தான். அங்கே ஒரு தீக்குச்சியை கொளுத்தி சுவாமி உருவங்களுக்குக் கீழே பார்த்தான். தரையில் காமாட்சியம்மன் விளக்கு தெரிந்தது. அதில் கொஞ்சம் எண்ணையும் திரியும் இருந்தன. அதை ஏற்றி கையில் எடுத்துக் கொண்டு அந்த அறையிலிருந்து வெளியே வந்தான். விளக்கொளியில் அந்த பெரிய அறை துளக்கம் பெற்றது. அதன் மத்தியில் தொங்கிய ஊஞ்சலில் அவன் அய்யா படுத்திருந்தார். அங்கே இருந்த மர பீரோக்கள், நாற்காலிகள் போல அவரும் அடர்ந்த நிழல் போல தெரிந்தார். இடது கை நீண்டிருக்க இன்னொரு கையை மடக்கி எதிர் புறம் திரும்பிப் படுத்திருந்தார்.

அவன் ஊஞ்சலை விட்டு விலகி நடந்து தன் கையிலிருந்த விளக்கை அங்கிருந்த நாற்காலி மேல் வைத்தான். இப்போது விளக்கொளி அவரின் முகத்தில் படிந்த ஸ்பரிசத்தில் அவர் விழித்துக்கொண்டது தெரிந்தது. கண்களைத் திறந்து அவனை உற்றுப் பார்த்தார். பின்னர் மெல்ல எழுந்து உட்கார்ந்து கொண்டார்.

“கொழந்தே”

அவன் அவர் முகத்தைப் பார்த்துக்கொண்டு இன்னொரு நிழல் போல நின்றான்.

“என்ன இப்போ?”

''சும்மாதான். வரனும்ன்னு தோணுச்சி.''

அதற்கு மேல் அவர் எதுவும் பேசவில்லை. தலையணை மேல் விரித்திருந்த துண்டை எடுத்து தோளில் போட்டுக்கொண்டு ஊஞ்சல் கிரிச்சிட மெல்ல எழுந்தார். அவருடைய உருவம் சுவரில் படிந்து கூரை வரை வியப்பித்து அசைந்தது. அவர் வெளியே போனார்.

அவன் ஊஞ்சலில் உட்கார்ந்தான். கால்கள் தரையில் மடியும் அளவுக்கு அது தாழ்ந்திருந்தது. கால்களை உதைத்து மெல்ல அதை அசைத்து ஆடிப் பார்த்தான். வெகு நாட்கள் எண்ணெய் காணாததால் அது அந்த இரவை அரைப்பது போன்ற சப்தத்துடன் முன் பின்னாக நகர்ந்தது. பிறகு மீண்டும் கால்களை ஊன்றி அதை நிறுத்தினான்.

''இந்த நேரத்துக்கு எதுக்கு வந்த?''

பக்கத்து அறையிலிருந்துதான் அக்குரல் கேட்டது. அதை எதிர்பார்த் திருந்தவன் போல அவன் அமர்ந்திருந்தான். மீண்டும் கால்களை உதைத்து ஊஞ்சலை அசைத்தான்.

''நீ எதுக்கு வந்திருக்கேன்னு எனக்குத் தெரியும்.''

அவன் எதுவும் பேசவில்லை.

''விடிய கால பஸ்ஸ பிடிச்சி ஒழுங்கா வீடு போய் சேர்ற வழியப் பாரு.''

அவன் ஊஞ்சலை நிறுத்தினான். நிசப்தம் திரும்பியது.

அவன் சற்று எரிச்சலுடன் சொன்னான், ''நான் அங்கப் போகல.''

''அப்புறம் இங்கே என்ன பண்ணலாம்ன்னு இருக்கே?''

அவன் பதில் சொல்லவில்லை.

''நீ இன்னும் திருந்தல.''

''திருந்தறதுக்கு என்ன இருக்கு. அவளும் இதத்தான் சொல்றா.''

''என்ன சொல்றா?''

''உன்ன மாதிரியேதான். நீ ஒரு அயோக்கியன். சுயநலக்காரன்னு.''

''குடும்பம், பொண்டாட்டிப் புள்ளிங்க நெனப்பு இல்லாம, உங்கப்பன மாதிரியே நீயும் குடிச்சி கூத்தடிச்சிக்கிட்டுத் திரிஞ்சா யாரு கொஞ்சுவா?''

அவன் அமைதியாக உட்கார்ந்திருந்தான்.

''பைத்தியக்காரத்தனமா யோசிக்கிறத விட்டுட்டு வீட்டுக்குப் போ.''

அவன் ஆத்திரத்துடன் சொன்னான், ''எங்க போறது? எங்க போய்ப் படுக்கிறது? எவ்வளவு தட்டினாலும், கெஞ்சினாலும் கதவுத்தான் திறக்கலையே.''

‘‘உனக்குத்தான் கதவத் தெறந்து வச்சிகிட்டு பல பேர் காத்திருப்பாங்களே, அங்கப் போறதானே.’’

‘‘அந்தக் கதவெல்லாம் அடச்சி ரொம்ப நாளாச்சி.’’

‘‘அதனாலதான் வீட்டுக்கு வர்றயா?’’

இதற்கு அவன் பதில் எதுவும் சொல்லவில்லை. அந்த குரலுக்கும் இதற்கு மேல் கேள்விகளே இல்லை போல.

அவன் கால்களை நீட்டி ஊஞ்சலில் படுத்துக்கொண்டான். இக்கேள்விகளுக்குபதில்சொல்வதுஅலுப்பாகஇருந்தது. இதைஎப்படிக் கடப்பது என அவனுக்குத் தெரியவில்லை. எல்லாவற்றையும்தான். வழி எங்கே பிசகியது? அது எங்கே, எத்திசையில் அவனை செலுத்தியது? எப்போது விபரீதப் பள்ளங்களுக்கும், மலைப்பான பாறைகளுக்கும் இட்டுச் சென்றது? அவ்வழியிலிருந்து விலகி எவ்வழியைத் தேடி, எத்திசையில்... எதிர்படுவதெல்லாம் புதர்களாக இருக்க...?

‘‘எல்லாத்தையும் பாழாகிட்டு இப்படி வந்து நிக்கிறயே நான் என்ன பண்ணுவேன்?’’ உள்ளே ஈனஸ்வரத்தில் அக்குரல் அழுவது கேட்டது. ‘‘எத்தனை முற புத்தி சொல்லியிருப்பேன். அதெல்லாம் நமக்கு ஆகாதுன்னு...

‘‘நான் சொல்றது எங்க உனக்குக் கேட்டது? பட்டாத்தான் தெரியும் பள்ளிக்குன்னு சொல்லுவாங்க. இப்ப பட்டுட்டு வந்து நிக்கற...’’

விளக்கின் சுடர் காற்றில் பரபரப்புற்று அசைந்து, ஊஞ்சல் சங்கிலிகளின் நிழலைப் பிடித்து ஆட்டியது. அதை வெறித்தபடி அவன் படுத்திருந்தான். ஊஞ்சலும் கூட மெல்ல அசைந்துகொண்டுதான் இருந்தது.

எழுந்து அவன் வெளியே செல்ல நினைத்தான். ஆனால் ஏதோ ஒன்று விடை கொடுக்காமல் காத்திருக்கச் செய்தது.

உள்ளே கேட்ட விசும்பல் ஒலி நின்றிருந்தது.

அக்குரல் சொன்னது, ‘‘வாழற வரைக்கும் கௌரவமா வாழ்ந்துட்டு சாகனும். அதுக்காகத்தான் எல்லாப் பாடும். எப்படி வேணா வாழ லாம்ன்னு நினைச்சிருந்தா உங்கள எல்லாம் நான் கரை சேத்திருக்க முடியுமா? உங்க அப்பன் எப்படி வாழ்ந்தான், என்ன வச்சிட்டுப் போனான்னு உனக்குத் தெரியுமா?’’

இது ஒரு பாடல் போலத்தான் அவனுக்கு ஒலித்தது. வழக்கமாக அவள் பாடும் பாடல்தான் இது. வாழ்க்கையின் பாடல், அனுபவப் பாடல், ஆதங்கத்தின் பாடல். இதுவாக மட்டுமே, இந்த சப்தத்தால் மட்டுமே அவள் வாழ்கிறாள். இந்தப் பாடலை கேட்கவே காத்திருந்தது போல அவன் எழுந்து உட்கார்ந்தான்.

எண்ணெய் தீர்ந்து திரி மட்டும் உக்கிரமாக எரியத் தொடங்கி-

யிருந்தது.

அவன் எழுந்து நின்றான்.

"முட்டாள்தனமா எதையும் யோசிக்காம காலையில கிளம்பி வீட்டுக்குப் போயிச் சேரு."

விளக்கு மெல்ல அடங்கி வருவது தெரிந்தது. அவன் வாசலை நோக்கி நடந்தான். வெளியே திண்ணைக்கு வந்து சேர்ந்தான். அவன் அய்யா கிழக்குத் திட்டில் உட்கார்ந்திருந்தார். அவருக்கு மேல் அரை நிலவு காய்ந்து கொண்டிருக்க, அவருடைய கருத்த தேகம் ஒரு நிழல் போல நிலைத்திருந்தது. அது இந்த பிரபஞ்சத்தின் ஸ்திதி கண்டு திகைத்துவிட்டதோ என்னவோ. நிலவின் ஒளியில் தென்னை மரங்களும், வாழைத் தோட்டமும் துளக்கம் பெற்றிருந்தன. திண்ணையிலும் வெளிச்சம் படர்ந்திருந்தது.

அவன் தன் அய்யாவுக்கு பக்கமாக கீழே போய் உட்கார்ந்து சுவரில் சாய்ந்து கொண்டான்.

இரு மௌனம், ஒரு அமைதி.

அவரிடம் என்ன பேசுவது என்று அவனுக்கோ, அவனிடம் என்னப் பேசுவதென அவருக்கோ தெரியவில்லை போல. இருவரும் நீண்ட நேரம் இப்படியே உட்கார்ந்திருந்தார்கள்.

"இந்த நடுஜாம வேளையில் எதற்காக நீங்கள் இருவரும் இங்கே உட்கார்ந்திருக்கிறீர்கள்?" என பூச்சிகளின் குரலில் ரீங்காரமிட்டுக்கொண்டிருந்தது அந்த இரவு.

அவன் சிறுவனாக இருந்த போதே அவன் அய்யாவைப் பிரித்து அழைத்துக் கொண்டு போய்விட்ட கால நதி ஒன்று, எங்கோ சுற்றிச் சுழன்று இதோ அவனுக்கு முன் கொண்டு வந்து நிறுத்தியிருக்கிறது. இதன் தலைகீழ் நிலையாக, அவனைக் கொண்டு வந்து அவருக்கு முன் நிறுத்தியதாகவும் இருக்கலாம். இருவரின் பிரத்தியச்ச வாழ்வை கணக்கில் கொண்டால், அவர்கள் இருவரின் உயிரையும் இணைக்கும் சட்டமாக அவன் அம்மா இருந்தாள் என்பதற்கு அப்பால் இரண்டையும் அருகில் வைத்தோ, ஒட்டவைத்தோ பார்ப்பதற்கு என்ன இருக்கிறது? காலம் முடிவற்ற நேர்க்கோட்டுப் பயணம் எனக் கொள்ளும் பட்சத்தில் அவர்கள் இருவரும் இணைக்க முடியாத இரண்டு புள்ளிகள்தான். ஆனால் இப்போது அவர்களை அருகில் கொண்டு வந்து நிறுத்தியிருக்கிற அதை எதுவாக உருவம் கொள்கிறோம் என யோசிக்கும் வேளையில் அது அவனுக்குள்ளும் அனைவருக்குள்ளும் நிறைக்கும் ஒரு காலமற்ற பிரக்ஞை எனவேத் தோன்றியது. அது நேர் கோட்டில் அல்லாது எல்லோரையும் மையமெனக் கொண்டு சுற்றிச் சுழல்வதாக இருக்கலாம். அல்லது கால வெளியில் அவர்களை சுழற்றுவதாக இருக்கலாம்.

அவன் பக்கம் பார்க்காமலேயே அவன் அய்யா சொன்னார், ‘‘அவமானப்பட்றதும், அடுத்தவனை அவமானப்படுத்திப் பார்க்கிறதும் புதுசில்ல கொழந்தை. எங்கியும், எப்பவும் நடந்துகிட்டுத்தான் இருக்கு. இதுக்கு நடுவுலதான் நாம எல்லாம். இதை வாழ்வா சாவாப் பிரச்சினையாக்குறதும் நாமதான்.’’

இதை எப்படி தொடர்வது என அவர் சிறிது நேரம் யோசித்திருக்க வேண்டும்.

பிறகு அவர் சொன்னார், ‘‘எங்க ஊர்ல எனக்கு முன்னாடி மத்தவங்க தான் கையக் கட்டி நிப்பாங்க. ஆனா இந்த ஊரு என்னைக் கையக் கட்டி நிக்க வைச்சது.

‘‘ஒரு பொங்கல் பண்டிகைக்கு ஊர்ல இருந்து ஆளுங்களக் கூட்டிகிட்டு உன் சித்தப்பன் வந்தான். இந்த ஊர்ல திரிஞ்சிகிட்டிருந்த தமட்டை ஒன்னப் புடிச்சிகிட்டுப் போயி பாய்ச்சல் காட்டிட்டான். அது இந்த ஊர்க்காரங்களுக்குப் பெரிய குத்தமாப் போயிடுச்சி. அதுக்கு நான் ஒடந்தையா இருந்ததாச் சொல்லி பஞ்சாயத்துல நிக்க வச்சாங்க. கையக்கட்டி நான் நின்னேன். கேள்வி கேட்டாங்க, மன்னிப்புக் கேட்க வச்சாங்க.

‘‘எல்லாம் மாமன் மச்சான்னு பழகன ஆளுங்கதான், கூட ஒக்காந்து சாராயம் குடிச்சவங்கதான்.

‘‘ஏன், உன் அம்மா எத்தனை முறை என்னை அவமானப் படுத்தியிருப்பா. ஏன்னா இது அவ சொத்து.

‘‘நான் இங்க வரும்போது இந்த நெலமெல்லாம் காடு மேடா புல்லுப் பூண்டு மொளச்சிக் கெடந்தது. அதையெல்லாம் வெட்டிப் போட்டு, நெறவி, சமப்படுத்தி, தண்ணிப் பாய்ற நிலமா மாத்த மூணு நாலு வருஷமாயிடுச்சி. அப்புறம் கிணத்த ஆழமாக்கி, கரண்டு கனெக்சன் வாங்கி, இப்ப இங்க இறைக்கிறத் தண்ணி அந்தக் கடைசி கழனிக்குப் போகுதுன்னா... இதெல்லாம் அவ கண்ணுக்குத் தெரியாது.

‘‘நான் அவக்கிட்ட தைரியமாச் சொல்வேன், என் கொழந்தைங்கள கூட்டிகிட்டு நான் போயிட்டறேன். இந்த கையி காலு இருக்கிற வரைக்கும் என்னால இதுங்களுக்கு கூலு ஊத்த முடியும்ன்னு.

‘‘பள்ளியாப் பொறந்துட்டு ஆச்சாரி வேல, மேஸ்திரி வேலயெல்லாம் செஞ்சேன். இந்தக் காட்டுல இருந்து எவ்வளவு மரம் வெட்டியிருப்பேன், இந்தத் தோள்ல எவ்வளவு மரத்தத் தூக்கிக் கொண்டு வந்து சேர்த்திருப்பேன். எத்தனை கட்டில், எத்தனை பீரோ, எத்தனை மாட்டு வண்டி, ஏர் கலப்ப... இந்த ஊர்ல இருக்கிற கால்வாசி வீடுங்க நான் செங்கல்ல எடுத்துவச்சி கட்டின வீடுங்கதான்...

‘‘தெருவுல நடந்தா பல பேர் நம்பல கையெடுத்து கும்பிடுவான். வீட்டுக்கு வந்தா?’’

அவர் விரக்தியுடன் சிரிப்பது தெரிந்தது.

அவர் சொன்னார், ''இந்த கழுதைங்களுக்கு நான் யாருன்னுத் தெரியல, அருமைப் புரியல. சாகற வரைக்கும் அப்படித்தான்.

''இந்தத் திருட்டுப் பசங்களவிட அப்படி என்ன குறைஞ்சிப் போயிட்டோம்? எதுக்கு நாம அவமானப்படனும்?''

அவருக்காக மட்டுமல்ல அவனுக்காகவும் அவர் யாரிடமோ வாதாடுவது போல இருந்தது இது. இந்த இரவிடமா, இந்த மரம் செடி கொடிகளிடமா? அல்லது கடவுளிடமா? ஆனால் அவர் கடவுளை வணங்கி அவன் பார்த்ததில்லை. அவனுக்கும் கூட அந்தத் தேவை இருக்கவில்லை. பிறகு யாரிடம்?

அவருடையப் பேச்சு அவனுக்கு ஆறுதலாக இருந்ததா, அவன் துயரத்தைக் கூட்டி மேலும் இரட்டிப்பாக்கியதா?

அவன் கேட்டான், ''நான் கொஞ்சம் குடிசிக்கலாம்ன்னு இருக்கேன்.''

''கொண்டு வந்திருக்கியா?''

''ஆமாம்.''

அவன் எழுந்து தன் பையை எடுத்துக்கொண்டு வந்து உட்கார்ந்தான். அதிலிருந்த மது பாட்டில், தண்ணீர், டம்ளர் எல்லாவற்றையும் வெளியே எடுத்து வைத்தான். முதல் டம்ளரை ஊற்றி காலி செய்துவிட்டு தயக்கத்துடன் கேட்டான்.

''நீங்கக் கொஞ்சம் குடிக்கிறீங்களா?''

''வேணாம்.''

''ஏன்''

''நான் குடிச்சிட்டேன். எவ்வளவு முடியுமோ அவ்வளவு குடிச்சாச்சி. நீ குடி.''

அவன் குடித்தான். அடுத்தடுத்து இன்னும் இரண்டு கிளாஸ். அவனுக்குள் கரைந்து போயிருந்த போதை மிண்டும் தலைத்தூக்கத் தொடங்கியது. தொய்வு கண்டிருந்த மனம் திரும்பவும் விழிப்புற்று எழுந்தது.

அவன் சொன்னான், ''இப்ப நான் தனியாயிட்டேன். என் கூட யாரும் இல்லை. எல்லாம் தூரம் தூரமா வெலகிப் போயாச்சி. அவுங்களுக்கு எந்த விதத்திலயும் நான் உபயோகமா இல்லைன்னு நினைக்கிறாங்க. சுமையா ஆயிடக் கூடாதுன்னு நினைக்கிறாங்க.

''நான் யாரையும் குறை சொல்லவோ, குற்றம்சாட்டவோ விரும்பல. காரணம் எல்லாருக்கும் அவுங்கவுங்க வாழ்க்கை இருக்கில்லையா, அது முக்கியமில்லையா? என்னை தாங்கிப் பிடிச்சா இன்னும் அவுங்களுக்குப்

பாரம் தானே?''

போதை மயக்கம் கூடக் கூட அவன் துயரமும் கூடியது போலும். அவன் படுத்துக்கொண்டான். தரையின் குளிர்ச்சி அவனுக்கு இதமாக இருந்தது.

அவன் பலவீனமான குரலில் முணகினான், "இங்க நான் முக்கியமில்லை. யாருக்கும் முக்கியமில்லை.''

அவன் அய்யா எழுந்து அவனுக்கு அருகில் வந்து உட்கார்வது போன்ற ஒரு உணர்வு. அவருடைய விரல்கள் அவன் தலையை கோதிக் கொடுக்கிறது. இப்போது அவன் அவருடைய மடியில் படுத்திருக்கிறான்.

முன்பொருமுறை மொட்டை மாடியில் அவன் அம்மாவின் மடியில் படுத்து அழுதது அவனுக்கு ஞாபகத்துக்கு வந்தது.

ஆனால் இதெல்லாம் என்ன?

அவனுடைய துயரம் எவ்வளவு அபத்தமானது என்பது அவனுக்குத் தெரியும். ஆனால் அதற்கொரு அரவணைப்பு தேவை, ஆறுதல் தேவை. தன்னை ஒரு துரோகியென, சுயபோகி என ஒப்புக்கொள்வதில் உள்ள தயக்கம் அவனை இப்படி இரக்கம் வேண்டி, கருணை வேண்டி நிற்கச் செய்ததா?

தன்னை நேர்மையின் காலடியில் விழுந்துகிடப்பவனாக தனக்கே பறைசாற்றிக்கொள்ள இதெல்லாம் தேவை என அவன் உள்ளுணர்வு சொல்லியது போலும். எல்லோரும் அதை விட்டு விலகிச் செல்லும் வேளையில் அவனாவது அதை மதிக்க வேண்டும் இல்லையா? அந்த இடத்துக்குரியவன் தான் தான் என நிற்க வேண்டும் இல்லையா?

தனக்கான எல்லா மடிகளையும் இழுந்துவிட்டதாகத் தோன்றுவதும், துயரம் பெருகுவதும், தன் மீதான கழிவிரக்கம் கூடுவதும் அவ்வப்போது நேர்வதுதான். இந்த அழுகையும் அவனுக்கு ஆறுதல் அளிப்பதுதான். அவன் அப்படியே தூங்கிப் போனான்.

காலையில் அவனுடைய மாமா நிலத்துக்கு வந்த போது திண்ணையில் அவன் தூங்கிக் கொண்டிருப்பதைப் பார்த்து ஆச்சர்யம் அடைந்தார். ஆனால் எழுப்பவில்லை. வெயில் சுள்ளென்று காயும் வரை அவன் தூங்கிக்கொண்டே இருந்தான்.